Thăm lại một ngôi nhà đổ nát và Những Câu Chuyện Khác

Translated to Vietnamese from the English version of Revisiting A Broken House

Translated by SRAC Services

Sandeep Kumar Mishra

Ukiyoto Publishing

Tất cả các quyền xuất bản toàn cầu được nắm giữ bởi

Ukiyoto Publishing

Xuất bản năm 2024

Bản quyền nội dung © Sandeep Kumar Mishra

ISBN 9789367951163

Mọi quyền được bảo lưu.
Không được sao chép, truyền tải hoặc lưu trữ bất kỳ phần nào của ấn phẩm này trong hệ thống truy xuất, dưới bất kỳ hình thức nào, bằng bất kỳ phương tiện nào, điện tử, cơ học, photocopy, ghi âm hoặc cách khác, mà không có sự cho phép trước của nhà xuất bản.

Quyền đạo đức của tác giả đã được khẳng định.

Cuốn sách này được bán với điều kiện là không được phép cho mượn, bán lại, cho thuê hoặc lưu hành dưới bất kỳ hình thức nào, thông qua hình thức mua bán hoặc trao đổi, mà không có sự đồng ý trước của nhà xuất bản, dưới bất kỳ hình thức đóng bìa hoặc bìa nào khác ngoài hình thức mà nó được xuất bản.

www.ukiyoto.com

Nội dung

Một Tiếng Kêu Xa	1
Thăm lại một ngôi nhà đổ nát	31
Sự hạ cánh hoàn hảo	56
Một sự sụp đổ đang tăng lên	80
Mặt nạ	*110*

Một Tiếng Kêu Xa

Khi Sunil nhắm mắt lại trước ánh sáng ban mai chiếu qua rèm cửa, cầu nguyện rằng mình có thể ngủ thêm một chút, anh cảm thấy mình như kẻ hèn nhát nhất ở Jaipur. Anh đã từng đấu với những đối thủ to gấp đôi mình trên võ đài kickboxing và dũng cảm cùng bạn bè vượt qua dòng sông chảy xiết mà không hề nao núng, và giờ đây khi phải đến trường và đối mặt với các bạn cùng lớp, lòng dũng cảm của anh đã tan biến.

Sunil với tay lấy điện thoại và rên rỉ khi nhìn vào màn hình. Anh ấy chỉ có đủ thời gian để ăn sáng. Đầu vẫn còn nặng trĩu vì buồn ngủ, nhưng Sunil cố gượng dậy và dụi mắt. Tiếng va chạm của bát đĩa vang lên từ bếp, và mặc dù không muốn, anh phải thừa nhận rằng mình đói. Anh mặc đồng phục, chải lại tóc rồi đi vào bếp.

Anh ta ngồi phịch xuống ghế và bắt đầu ăn vội bữa sáng. Chẳng mấy chốc, anh đã hoàn thành và ra khỏi cửa trước. Đường đi đến trường vẫn hỗn loạn như thường lệ khi người, xe đạp và ô tô đều khéo léo tránh nhau. Tiếng động cơ và còi xe ầm ầm đến chói tai, và có nhiều người bán hàng cố gắng thu hút sự chú ý của Sunil, nhưng anh phớt lờ họ, tâm trí anh lang thang đến những sự kiện của tuần trước.

2

Đó là một buổi sáng thứ sáu buồn tẻ, và cơn mưa đã khiến các lớp học phải ở trong nhà trong giờ ra chơi, biến căn phòng thường ngày đông đúc thành nơi hỗn loạn với những tiếng la hét chói tai. Sunil đang kể chuyện cười với người bạn Anil của mình, mỗi câu chuyện lại càng to hơn. Nhưng âm lượng đột ngột giảm xuống khiến giọng nói của Sunil trở nên rõ ràng hơn, khiến cả lớp rơi vào sự im lặng khó chịu. Sunil quay lại, nhìn khuôn mặt kinh ngạc của bạn cùng lớp. "Chào! Cái gì?!"

Một cái tát vào sau đầu khiến Sunil giật mình, anh quay lại và thấy Kashvi đang cau mày nhìn anh.

"Sao anh dám nói như vậy!" Và không kịp suy nghĩ, bàn tay của Sunil đã bay về phía cô, đánh vào mặt cô.

Cả lớp vỡ òa trong tiếng la hét khi các bạn cùng lớp của Sunil can thiệp, tách hai người ra trước khi có chuyện gì xảy ra.

Đột nhiên bà Goyal xuất hiện và hét lớn yêu cầu dừng lại. Cô giáo tách họ ra và tát thẳng vào mặt Sunil. "Ngoài! Ra khỏi lớp này ngay! Bố mẹ của bạn sẽ nghe về chuyện này, Sunil ạ."

Phần còn lại trong ngày, cậu bé dành thời gian bên ngoài lớp học, và đến cuối ngày, bố mẹ cậu sẽ đến đón cậu. Anh ấy không quay lại trong suốt tuần còn lại.

Đó là lúc những tin đồn về anh bắt đầu lan truyền. Anh ấy đã nghe tất cả những điều đó, được một người nào đó kể lại..? Anil. Anh ấy là bạn tập của anh ấy.

"Và họ nói rằng anh cũng thích đánh em gái mình!"

"Cái quái gì thế anh bạn."

Thứ sáu không thể đến sớm hơn được nữa.

Sunil ngẩng đầu lên và nhận ra mình đã đến trước cổng trường, đám đông đang chen chúc nhau đẩy cậu vào trong. Anh nhìn quanh, hy vọng cái đầu bồng bềnh của Anil sẽ xuất hiện phía sau một nhóm học sinh, nhưng anh không thấy bạn mình đâu cả. Một vài học sinh đang nhìn chằm chằm vào anh ta, chắc hẳn họ đã nghe một câu chuyện kỳ lạ nào đó về vụ việc đó. Sunil đã cố gắng hết sức để lờ họ đi. Tiếng trò chuyện trong sân chính ngày càng to hơn khi có nhiều sinh viên đến, nhưng Anil vẫn chưa đến.

Tiếng bước chân vội vã sau lưng khiến Sunil phải quay lại, nhưng nơi anh hy vọng được nhìn thấy khuôn mặt của bạn mình là hai cô gái lớn hơn anh vài tuổi, mái tóc dài buông xõa và đôi mắt sáng đang tìm kiếm anh. Sunil nhìn đi hướng khác. Anh ấy chưa bao giờ giỏi đối xử với con gái.

"Sunil! Anh là Sunil phải không?"

Sunil lại nhìn lên. Người cao hơn lên tiếng, nụ cười của cô để lộ hàm răng trắng sáng. Giọng điệu của cô rất thân thiện, nhưng Sunil biết có điều gì đó không ổn. Nụ cười giả tạo.

"Vâng—vâng."

"Thôi nào! Đừng ngại ngùng! Chúng tôi chỉ muốn hỏi xem em có muốn ra ngoài sau giờ học không, phải không?" Các cô gái nói rồi quay sang bạn mình, người gật đầu. "Vâng, anh nói sao?"

"Ừ…ừ, chắc chắn rồi."

Và ngay lúc đó, cô gái đầu tiên quay sang cô gái kia và phá lên cười, khiến Sunil đứng sững tại chỗ. Khuôn mặt anh nóng bừng khi tiếng cười của hai cô gái lắng xuống. Cuối cùng, người ta quay sang Sunil đang đông cứng. "Anh thực sự nghĩ đây là sự thật sao?"

"Sunil tội nghiệp! Chúng tôi sẽ không bao giờ đi chơi với một người như anh! Người đánh phụ nữ!"

Khuôn mặt của Sunil nóng bừng và mồ hôi lạnh chảy dài xuống lưng. Đúng là một cái bẫy, một cái bẫy chết tiệt. Sunil muốn nói điều gì đó nhưng anh không thể tìm ra từ ngữ nào nghe có vẻ trang nghiêm trong tình huống này. Cô gái đầu tiên bước lại gần anh ta, nhíu mày.

"Sao không trả lời nhỉ?"

Nhưng Sunil đã quay đi, mặt đỏ bừng vì xấu hổ, tiếng cười của cô gái vang lên phía sau lưng anh. Có người vỗ vai anh, Sunil quay phắt lại, sẵn sàng trả đũa, nhưng trước mặt anh lại là Anil.

"Này! Thức dậy! Chúng ta phải đến lớp thôi."

Sunil nổi giận với anh ta "Sao anh lại lâu thế!?"

"Này, bình tĩnh nào! Tôi thức dậy muộn. Nhân tiện, vừa nãy bạn có nói chuyện với mấy cô gái không?

"Không. Chúng ta vào lớp thôi."

"Ôi, đáng tiếc quá. Họ trông nóng bỏng quá."

Sunil thở dài và đi theo đám đông qua cửa trường.

***

Sunil đã dành những giờ đầu tiên của lớp học nhìn chằm chằm vào các giáo viên, những lời họ nói hoàn toàn không thể hiểu nổi đối với cậu, tâm trí cậu nóng bừng lên với những lời đáp trả mà cậu nên dùng với hai cô gái. Tại sao lúc đó anh lại không thể làm được như vậy, tại sao anh lại thiếu quyết đoán đến vậy?

Nhưng dòng suy nghĩ của anh bị cắt ngang khi tiếng chuông reo. Bài học tiếp theo là của cô Goyal. Sunil nhanh chóng lấy cuốn sách giáo khoa tâm lý của mình ra. Anh gõ bút xuống bàn, trong khi mắt anh lo lắng rời khỏi ghi chú và nhìn ra cửa. Ngay sau đó, cô Goyal bước vào lớp học, tiếng gót giày sắc nhọn của cô gõ trên sàn. Đôi mắt nghiêm nghị của cô quét khắp phòng khi cô ngồi sau bàn làm việc và sắp xếp sách giáo khoa. Cả lớp im lặng. Sunil cầu nguyện rằng cô đã quên mất sự việc xảy ra vào tuần trước, nhưng cô Goyal chỉnh lại kính và phát biểu trước lớp.

"Như các em đã biết, bạn cùng lớp Sunil đã làm một việc không thể tha thứ và đã đánh bạn cùng lớp của mình. Và một cô gái nữa chứ" Cô ấy nói thêm với một nếp nhăn trên mũi. "Tôi hy vọng anh đã học được bài học của mình, Sunil. Tôi hy vọng tất cả các bạn đã học được rằng đánh con gái là hành vi không bao giờ được chấp nhận."

Cô quay lại lớp học: "Các em học sinh, điều này cho thấy điều gì sai trái trong xã hội. Điều này thực sự chứng minh rằng một ngày nào đó khi lớn lên, anh ấy cũng sẽ làm như vậy. Tôi nghĩ tất cả mọi người đều cần phải học một bài học ngày hôm nay. Bây giờ hãy nhắc lại với tôi "Bạn không bao giờ nên đánh một cô gái và luôn tôn trọng cô ấy""

Sunil hét lên vì không thể kiềm chế được mình. "Không thể tha thứ? Có gì không thể tha thứ khi tôi tự vệ? Tôi thậm chí còn chưa bắt đầu cuộc chiến mà!"

Cô giáo đặt tay lên bàn và nhìn chằm chằm vào anh ta. "Vậy hôm nay anh muốn tranh luận phải không? Đó là cách bạn cư xử với cha mẹ ở nhà. Đó là những gì họ dạy bạn ở nhà. Tôi chắc chắn muốn gặp họ ngay lập tức."

"KHÔNG! Tôi chỉ muốn hiểu tại sao tôi có thể bị đánh mà không phải chịu hậu quả gì."

"Đó không phải là những gì tôi nói, Sunil. Không ai được phép đánh người khác. Ngồi xuống ngay!"

Sunil tuân lệnh, nhưng khuôn mặt anh nóng bừng vì tức giận vì sự bất công. Các bạn cùng lớp của anh ngồi vào chỗ của mình. Không ai cười hay nói chuyện với anh, điều này còn tệ hơn bất kỳ điều gì anh từng trải qua cho đến giờ.

***

Sunil dành giờ ra chơi ngồi một mình ở một góc yên tĩnh trong sân, tách biệt với các bạn cùng lớp, tách biệt khỏi sự bất công của trường học. Anh ấy nhớ lại cuộc cãi vã với bạn cùng lớp tuần trước, cuộc thảo luận với giáo viên, tâm trí anh xoay quanh những lập luận và viễn cảnh mà anh là người chiến thắng. Đôi tay anh vô tình giật những ngọn cỏ dưới chân khi những đám mây trôi chậm rãi trên bầu trời. Giá như anh ấy có thể thoát khỏi đây và làm điều gì đó, bất cứ điều gì khác ngoài việc quay lại và ngồi trong lớp học ngột ngạt đó hàng giờ liền.

Anh muốn về nhà nhưng anh nhớ rằng nhà cũng không phải là nơi anh mong muốn tìm thấy sự an ủi. Đó không phải là lần đầu tiên anh ấy bị đối xử như vậy vì là một chàng trai. Có lần anh ấy cãi nhau với chị gái và khóc rất nhiều. Mẹ anh an ủi anh bằng cách nói rằng:

Mẹ: "Con trai thì không được khóc nhé".

Sunil: "Nhưng tại sao, tại sao con trai lại không khóc?"

Mẹ: "Bởi vì chúng được sinh ra để mạnh mẽ, quyền lực."

Anh ta ném những mảnh cỏ xuống đất và nhìn xung quanh. Tiếng la hét và tiếng cười của bạn học vang vọng khắp sân, như thể đang chế giễu sự đãng trí của cậu. Sunil muốn ngăn họ lại, nhốt mình trong suy nghĩ của riêng mình, nhưng một âm thanh khác đã thu hút sự chú ý của anh. Tiếng giày bước đều trên vỉa hè át đi tiếng ồn, ngày một gần hơn.

Dù đó là ai thì họ cũng sắp rẽ qua một góc. Sunil đứng dậy; hai tay nắm chặt ở hai bên. Có lẽ đó là một trong những cô gái lớn tuổi mà anh gặp sáng nay lại đến để trêu chọc anh. Nhưng lần này anh đã có sự chuẩn bị. Những bước chân tiến lại gần hơn.

Cố lên.

Các bậc thang nằm ngay phía sau góc cầu thang. Sunil siết chặt nắm đấm hơn, nhưng điều ngạc nhiên là đó lại là Eshika, một người bạn cùng lớp của anh. Cô ấy thấp hơn anh, tóc cô được tết thành một bím đơn, đồng phục và váy của cô đều gọn gàng và được ủi phẳng phiu. Cô dừng lại trước mặt anh và nhìn anh tò mò. Sunil cảm thấy thất vọng tràn ngập khi anh thư giãn. Eshika. Bây giờ cô ấy muốn gì?

"Này, Sunil. Tại sao bạn lại cứng nhắc thế?"

Anh lắc đầu và ngồi xuống. "Không có lý do gì cả. Có phải bà Goyal cử anh đến không?"

"Ừm, không."

"Vậy thì sao? Bài tập nhóm? Tôi sẽ nhắn tin cho bạn khi tôi xong việc."

"Không, vấn đề ở đây là chuyện khác. Tôi biết bạn thích kickboxing. Bạn có thể đấu tập với tôi được không?"

Ồ, lại nữa rồi, một cô gái khác lại cố làm anh ấy xấu hổ. Sunil hét lên vì thất vọng.

"Không. Tôi không đánh nhau với con gái, được chứ? Đừng hỏi tôi nữa. Tuần trước là một tai nạn."

"Tôi không đùa đâu. Tôi biết bạn có thể chiến đấu. Tôi cũng tham gia câu lạc bộ kickboxing."

Sunil lại nhìn cô, mắt anh lướt qua cánh tay và chân cô. Anh cố nhớ lại cô ở phòng tập thể dục.

"Thật sao? Tôi chưa bao giờ thấy bạn ở phòng tập thể dục trước đây."

"Đúng. Vâng, tôi không chính thức tham gia, nhưng có vẻ như tôi đã từng tham gia. Tôi đã luyện tập rồi, anh biết không?"

Sunil suy nghĩ về điều này trong một giây. Sự sỉ nhục của cuộc trò chuyện sáng nay vẫn còn cháy bỏng bên trong anh, nhưng càng nghĩ về nó, anh càng tin rằng Eshika nói sự thật. Nhưng anh vẫn trả lời một cách thận trọng.

"Vậy là anh muốn đấu quyền anh với tôi. Tại sao?"

"Chỉ vì tôi nghĩ nó sẽ thú vị."

Sunil ngồi im lặng một vài giây rồi trả lời. "Được rồi. Khi nào, ngay bây giờ?"

"Không. Sau giờ học. Gặp tôi ở lối vào. Tôi biết một nơi." Và trước khi quay đi, cô nhìn thẳng vào mắt anh. "Và tôi nghĩ bạn đã làm đúng với Kashvi. Răng đền răng.

"Gặp lại sau nhé."

"Thấy bạn."

Khi Sunil nhìn cô bước đi, anh thấy đôi chân thon dài của cô, được váy che đi một nửa, và bờ vai thẳng. Có thực sự là như vậy không…? Không, con gái không chơi quyền anh, đúng không?

***

Phần còn lại của ngày trôi qua chậm rãi và không có sự cố nào xảy ra thêm. Cứ vài phút, Sunil lại liếc nhìn chiếc đồng hồ phía sau lưng giáo viên và không tránh khỏi thất vọng vì kim đồng hồ gầy guộc chỉ nhích lên rất ít. Khi tiếng chuông cuối cùng reo lên, Sunil đợi mọi người ra về mới lấy cặp sách và túi đựng đồ thể thao của mình. Anh không muốn đám đông nhìn thấy anh rời đi cùng Eshika.

Sunil đứng ngay bên ngoài cổng trường và đợi bạn cùng lớp, mắt cậu đảo liên tục từ lối vào đến sân trường, để phòng trường hợp có người quen nhìn thấy, nhưng sân trường vắng tanh ngoại trừ một vài người đi lạc. Chẳng mấy chốc, anh thấy Eshika bước ra khỏi tòa nhà, bộ đồng phục của cô đã được thay bằng bộ đồ thể thao và một chiếc túi thể thao đeo trên vai. Anh chưa bao giờ thấy cô như thế này. Thông thường, cô sẽ hòa nhập với những cô gái khác, là một trong số nhiều học sinh mặc đồng phục.

Anh dõi mắt theo cô cho đến khi cô tiến lại gần anh.

"Này Sunil. Sẵn sàng?"

"Vâng. "Bạn muốn đấu ở đâu?"

Cô chỉ tay về một hướng mơ hồ phía sau lưng anh. "Tôi biết một nơi. "Theo hướng này." Và với điều đó, bắt đầu bước đi về phía trước. Sunil đi theo, không biết mình nên mong đợi điều gì ở cô nữa.

Cô dắt anh đi qua những con phố đông đúc ở Jaipur và đến một công viên, nơi các cặp đôi nắm tay nhau đi dạo, và những chú chó cùng trẻ em chạy nhảy xung quanh. Eshika vẫn tiếp tục trò chuyện, và Sunil cố gắng hết sức để theo dõi, tâm trí anh rối bời với vô vàn suy nghĩ và giả định. Trông thì có vẻ không giống một cái bẫy, nhưng rốt cuộc thì nó là cái gì? Anh thấy khó tin khi cô lại tập kickboxing, vậy có lẽ đây là lời tỏ tình chăng? Sunil rất nghi ngờ điều đó.

Chẳng mấy chốc, họ đã tới một sân bóng rổ trống rỗng, những chiếc rổ được gắn lỏng lẻo vào tấm ván, đã bị gỉ sét qua nhiều năm và dường như có thể rơi xuống bất cứ lúc nào. Eshika đánh rơi chiếc túi của mình xuống vỉa hè nứt nẻ và Sunil cũng làm như vậy. Anh ta lục túi và lấy ra đôi găng tay đấm bốc và miếng bảo vệ ống chân. Vậy thì, cuối cùng cô ấy thực sự muốn đấu quyền anh. Sunil để quên mũ của mình trong túi. Với cô ấy, việc đó không cần thiết.

Nhưng khi anh quay lại, bộ đồ thể thao của cô nằm trên mặt đất, cô mặc quần đùi và áo trên, găng tay và mũ bảo vệ đầu đã được trang bị sẵn, đôi chân cô bước nhẹ trên vỉa hè. Đôi chân của cô nổi lên những cơ bắp theo mỗi chuyển động và vai cô trông rộng hơn bình thường. Sunil nhìn chằm chằm vào cô một lúc trước khi lấy lại bình tĩnh. Eshika đã bị xé toạc. Làm sao mà anh ấy lại không để ý nhỉ?

Eshika đấm tay vào nhau và mỉm cười với anh. "Đi thôi."

Anh không thể yêu cầu cô làm vậy.

"Được rồi."

Sunil cảnh giác và tiến về phía cô, đôi chân liên tục di chuyển trên mặt đất. Đòn tấn công lười biếng đầu tiên của anh ta bay sượt qua đầu cô một cách vô hại. Sunil ngay lập tức tung ra một đòn nữa, nhưng Eshika cũng né được. Cô xoay người về phía trước và cố gắng đá một cú thấp vào đầu gối của anh ta, nhưng Sunil đã

đoán trước được cô ấy và nhảy lùi lại, sẵn sàng tận dụng mọi sơ hở trong thế phòng thủ của bạn cùng lớp, nhưng không có sơ hở nào cả.

Eshika lại lao về phía trước, chân phải của cô gần như chạm vào mắt cá chân của anh ta, một cú đánh có thể khiến Sunil mất thăng bằng một cách nguy hiểm. Anh ta ngay lập tức nhảy lùi lại, nhưng Eshika đã tiếp tục tung một cú đấm thấp vào bụng, nhưng anh ta đã kịp đỡ được.

Chỉ bằng một động tác uyển chuyển, Sunil đã đấm một cú vào mặt cô, cẩn thận không dùng quá nhiều lực, và Eshika dễ dàng né được.

Cô ấy nhảy lùi lại, vẫn giữ tư thế cảnh giác cao. "Có chuyện gì thế Sunil? Anh không thể đấm mạnh hơn được sao?"

Sunil cảm thấy mồ hôi thấm đẫm áo và dính chặt vào da. Anh đang hối hận vì đã không thay đổi ngay lúc này, và Eshika cứng rắn hơn anh nghĩ.

"Chỉ đang khởi động thôi."

Nhưng Eshika đã lao về phía trước. Sunil phản ứng kịp thời để tránh một cú đá khác vào đầu gối, tiếp theo là một cú đấm khác vào bụng không được bảo vệ của anh, nhưng Sunil đã đỡ được. Cô ấy chỉ có một cách tấn công thôi sao? Kinh nghiệm hạn chế của cô là điều hiển nhiên, nhưng điều đó không quan trọng, lần tới khi cô tấn công như thế này, Sunil sẽ phản công và kết thúc trận chiến.

Và đúng như anh nghĩ, Eshika đuổi theo anh, chân cô đã sẵn sàng cho một cú đá nữa vào đầu gối anh. Sunil tiến lên để đỡ đòn tấn công của cô và tiếp tục đấm vào đầu, nhưng ngay khi vừa di chuyển, anh nhận ra có điều gì đó không ổn.

Người bảo vệ của tôi. Quá thấp.

Nhưng đã quá muộn, đôi tay đeo găng của anh ta đã ở sâu dưới thắt lưng, cố gắng chặn một cú đấm vào bụng không bao giờ có thể xảy ra. Quá muộn rồi, anh nhận ra chân của Eshika đã ở tư thế khác trước, chuẩn bị cho một cú đấm cao.

Chết tiệt.

Cú đánh trúng vào bên đầu anh ta, khiến sóng xung kích truyền khắp não. Sunil loạng choạng khi cố gắng nhìn rõ mọi thứ xung quanh, nhưng anh không thể nhìn rõ được. Anh ta giơ tay lên; một cú đấm trúng vào bụng anh ta, khiến anh ta không thở được.

Sunil bỏ cuộc. Bầu trời phía trên anh trĩu nặng mây đen khi anh ngã xuống đất. Anh mừng vì không kể chuyện này với ai.

"Này, cậu ổn chứ, Sunil?"

"Vâng-Vâng. Đấm mạnh đấy. Để tôi lấy mũ bảo hiểm đã."

Đến lúc anh thay đồ và cài chặt mũ bảo hiểm thì Eshika đã sẵn sàng. Anh bước về phía cô, cảnh giác cao độ. Lần này anh ấy không còn kiềm chế nữa.

Khi họ cuối cùng dừng lại, Sunil có thể thề rằng nhiều giờ đã trôi qua. Cánh tay và vai của anh đau nhức, còn chân thì tê liệt vì những cú đánh vừa rồi. Anh nhìn vào điện thoại và mồ hôi lạnh chảy dọc sống lưng. Buổi tập luyện! Anh ấy gần như đến muộn!

"Này Eshika, tôi phải đi đây. Hẹn gặp lại các bạn ở lớp ngày mai. Và chiến đấu tốt."

"Bạn cũng vậy. Thế còn trận tái đấu vào cùng thời điểm tuần tới thì sao?" Cô ấy nói thêm với một nụ cười.

Sunil suy nghĩ về điều này trong một giây. "Được chứ, tại sao không?" Và bỏ đi, cơ bắp của anh đau nhức vì tập thể dục.

***

Ngày tháng trôi qua, trận đấu với Eshika cũng nhanh chóng phai nhạt trong tâm trí anh, bị chôn vùi dưới đống bài tập về nhà và các lớp học mà Sunil phải tham gia. Anh thường tự hỏi liệu họ có thực sự đấu tập ở một sân bóng rổ bỏ hoang hay không, hay anh chỉ tưởng tượng ra mọi chuyện.

Eshika có vẻ vẫn giữ thái độ im lặng như thường lệ và không hề có dấu hiệu nào cho thấy họ sẽ tiếp tục buổi tập luyện. Ngược lại, Sunil không đến gần cô. Nếu cô ấy không nhớ thì sao? Hoặc tệ hơn, chế giễu anh trước mặt mọi người thì sao? Sunil nhìn Eshika, người đang chăm chú nhìn vào cuốn sách giáo khoa và không để ý đến anh. Cô ấy trông như một người hoàn toàn khác so với người mà anh đã đấu khẩu.

Cô ấy không bận tâm đến việc bị đánh hay chống trả, và Sunil nghĩ rằng nếu có nhiều cô gái như vậy, anh sẽ không bị phạt vì chống trả. Xét cho cùng, nếu con gái cũng đánh nhau mạnh như con trai thì sẽ không có lý do gì để phân biệt đối xử, phải không?

Như thể nghe được suy nghĩ của anh, đúng lúc đó bà Goyal bước vào phòng, tay cầm tập sách tâm lý học thường ngày, bà thả mạnh chúng xuống bàn. Chẳng mấy chốc, giọng nói đều đều của cô đã khiến cả lớp chìm vào trạng thái đờ đẫn, và Sunil phải làm mọi cách để không ngủ quên. Nhưng rồi bà Goyal nói một điều khiến anh phải dựng tai lên.

"…và đây là định nghĩa. Phân biệt giới tính là định kiến hoặc sự phân biệt đối xử dựa trên giới tính của một người. Chủ nghĩa phân biệt giới tính có thể ảnh hưởng đến bất kỳ giới tính nào, nhưng nó đặc biệt được ghi nhận là

ảnh hưởng đến phụ nữ và trẻ em gái… đúng không, Sunil? Bạn có một câu hỏi." Sunil hạ tay xuống. Anh nghe thấy các bạn cùng lớp dịch chuyển chỗ ngồi khi họ ngồi thẳng dậy để lắng nghe.

"Cô ơi, phần cuối đó có thực sự cần thiết không? Ý tôi là, phân biệt giới tính không ảnh hưởng đến tất cả mọi người, cả nam lẫn nữ sao?" Khi nói điều này, Sunil có thể thề rằng mắt bà Goyal hơi trợn lên vì tức giận. Cô đặt cuốn sách giáo khoa xuống và nhìn thẳng vào mắt anh.

"Sunil, ý anh là tác giả đã mắc lỗi, rằng họ không nên viết phần này. Bạn có biết số phận của nhiều cô gái ở đất nước chúng ta không? Bạn có biết tại sao họ không thể tự lựa chọn cho mình, đôi khi thậm chí không được phép sinh con và được trả lương thấp hơn ở mọi công việc chỉ vì giới tính của họ không? Bạn có biết nó như thế nào không? Rõ ràng là bạn không biết." Giọng điệu của cô ấy rất dứt khoát, như thể cô ấy đã giải quyết xong vấn đề một lần và mãi mãi. Nhưng Sunil không có ý định bỏ cuộc.

"Chủ nghĩa phân biệt giới tính cũng ảnh hưởng đến nam giới! Tỷ lệ tự tử của chúng tôi cao hơn, chúng tôi đảm nhận những công việc nguy hiểm nhất, phải chu cấp cho gia đình và phải làm mọi thứ!"

"Ồ, vậy thì chúng ta sẽ bỏ qua những gì phụ nữ phải trải qua sao?"

"KHÔNG! Nhưng đàn ông lại bị đối xử bất công!"

"Tôi hiểu Sunil. Tôi hiểu rõ rồi. Chuyện này xảy ra vào tuần trước phải không? Vâng, tôi đã nói với bạn rồi và tôi sẽ nói với bạn lần cuối. Tôi không muốn nghe thêm bất cứ điều gì nữa! Bây giờ ngồi xuống đi!"

Sunil ngồi xuống nhưng anh không hiểu chuyện gì đang xảy ra. Tại sao việc cãi nhau với con gái lại chứng tỏ anh ta không đủ nam tính. Anh ấy chọn âm nhạc vì giáo viên không cho phép anh học nhảy vì anh là người đầu tiên quan tâm đến bộ môn này và bạn bè anh la ó anh vì anh nghĩ đến những điều con gái. Anh ấy đã chọn không đến câu lạc bộ vì ở đó không có đồ uống miễn phí hoặc không có quyền vào cửa miễn phí dành cho con gái.

Tại sao anh ấy lại tức giận khi vô tình ngã vào một cô gái nhưng ngược lại đó chỉ là tai nạn. Tại sao sau một ngày làm việc mệt mỏi và gần như không thể đứng vững, ông lại phải nhường chỗ cho một người có cơ quan nội tạng còn yếu ớt hơn mình.

Tại sao anh ấy lại được mong đợi là phải xách túi, mở cửa, đẩy xe vì những điều đó khiến anh ấy trở thành một người đàn ông. Tại sao cái tát của bạn là sai nhưng cái tát của cô ấy lại có nghĩa là bạn có vấn đề về tức giận Tại sao chúng ta không thể khóc hoặc tại sao cảm xúc của chúng ta có nghĩa là bị tổn thương và chúng ta không thể phàn nàn vì đó không phải là điều đàn ông làm. Anh tự hỏi tại sao đàn ông không được phép khóc.

Anh ấy hiểu ý của cô giáo khi cô hỏi "Xã hội này có vấn đề gì vậy?". Anh ấy nhận ra cả hai chúng tôi đều đồng ý rằng xã hội không có khả năng phân biệt giữa Bình đẳng và Công lý và đó là lý do tại sao họ nghĩ rằng cách duy nhất để trao quyền cho phụ nữ là tước quyền của đàn ông.

Như ông tự nhủ "Hành động của chúng ta phân biệt đối xử với phụ nữ nhưng suy nghĩ của chúng ta lại luôn làm điều đó với đàn ông, điều này còn tệ hơn cả suy nghĩ trước đây." bởi vì chúng ta thậm chí còn không biết mình đang làm điều đó. Anh cảm thấy như muốn đập đầu vào tường vì quá lo lắng.

***

Ngày đấu tập với Eshika sắp đến gần và Sunil tự hỏi liệu cô ấy có còn nhớ lời hứa của mình không. Khi chuông reo, Sunil một lần nữa cho mọi người ra khỏi lớp, viện cớ với Anil và đợi ở cổng chính. Trái tim anh đập thình thịch trong lồng ngực. Nếu cô ấy không tới thì sao? Nếu anh ấy ghi sai ngày thì sao?

Nhưng nỗi lo lắng của anh đã tan biến khi Eshika bước ra khỏi trường, đã mặc bộ đồ thể thao. Cô vẫy tay chào anh. Sunil cảm thấy nhẹ nhõm.

"Này Eshi, ổn chứ?"

"Được rồi, đi thôi. Nơi thường đến."

Khi họ đi về phía công viên, Sunil cảm thấy bước chân mình tràn đầy sức sống. Anh không thể chờ đợi để bắt đầu, nhưng trước tiên, anh có điều cần hỏi Eshika.

"Bạn có nghe bà Goyal nói gì hôm nay không?"

"Vâng. Tôi nghĩ anh nói đúng, Sunil. Mặc dù bạn có thể cẩn thận hơn một chút khi nói năng."

"Đúng vậy, nhưng anh đồng ý! Những gì cô ấy nói không phải là bình đẳng!"

"Vâng, tôi biết. Nhưng dù sao thì tốt nhất là không nên để một nửa lớp ghét bạn vì những gì bạn tin tưởng."

"Ừm. Tôi sẽ cố gắng, nhưng tôi không thể hứa trước điều gì. Chúng ta bắt đầu thôi."

Khi những tuần tiếp theo trôi qua và các buổi tập luyện với Eshika vẫn tiếp diễn, Sunil cảm thấy tâm trạng của mình thay đổi đáng kể. Nhìn chung, ông ấy vui vẻ hơn và có động lực hơn. Với Eshika, anh có thể nói về những điều anh quan tâm và cô sẽ lắng nghe và bình luận. Cuộc đấu trí của họ không chỉ về mặt trí tuệ mà còn về mặt thể chất, và mối quan hệ của họ ngày càng trở nên gần gũi hơn. Ông đã nói chuyện với bà về giai cấp, về quan điểm của ông về bình đẳng, và ông thấy bà cũng đồng tình với quan điểm này. Cuộc trò chuyện của họ chuyển sang nhiều hướng khác nhau, và Eshika thậm chí còn kể cho anh ấy nghe về một chàng trai luôn tiếp cận cô ở trường, một anh chàng tên Mohit, từ một lớp khác.

"Thật sự? Bạn đã từ chối anh ấy bao nhiêu lần rồi?

Eshika cười. "Tám. Hoặc chín. Tôi quên mất."

Sunil cười. "Thật là một kẻ thất bại."

Với bà Goyal, Sunil ngày càng trở nên táo bạo hơn, đặt câu hỏi về niềm tin cứng rắn của bà về bất bình đẳng và phân biệt giới tính, và thường bị khiển trách. Một số bạn cùng lớp cổ vũ anh về điều này, trong khi hầu hết các cô gái đều xa lánh anh. Nhưng Sunil không quan tâm. Ông đang tranh luận cho sự bình đẳng thực sự, nơi cả nam và nữ đều được đối xử như nhau, hoàn toàn bác bỏ quan điểm của bà về thế giới.

Một ngày nọ, Sunil nhìn thấy Eshika đến gần mình ở cổng trường, cậu bé mỉm cười và vẫy tay. Nhưng nụ cười của anh chỉ kéo dài được vài giây, khi anh nhận ra có điều gì đó không ổn.

Eshika cúi đầu, dáng đi năng động thường ngày của cô thay thế bằng dáng đi lê bước và khom lưng.

"Này Eshika, bạn ổn chứ?"

Nhưng ánh mắt của Eshika tránh nhìn anh và cô trả lời với giọng điệu thất bại.

"Vâng. "Đi thôi."

Nhưng trong suốt chặng đường đi bộ đến công viên, Sunil ngày càng cảm thấy lo lắng. Eshika, người thường hay nói và hoạt bát, giờ đây không phản ứng gì, mắt cô chỉ tập trung vào con đường. Sunil cố gắng kể một vài câu chuyện cười để giúp cô vui lên, nhưng cô chỉ cười gượng rồi lại im lặng.

Khi đến sân bóng rổ, Sunil nhanh chóng thay đồng phục, nhưng khi quay lại, anh thấy Eshika vẫn chưa thay đồ mà chỉ đang mặc đồ thể thao bên ngoài.

"Này, anh không định cởi đồ đó ra sao?"

"Không, hôm nay tôi lạnh. Không sao đâu." Cô ấy nói thêm sau khi nhìn thấy vẻ mặt lo lắng của Sunil. "Tôi sẽ cố gắng gấp đôi để đánh bại anh." Một nụ cười nhẹ hiện lên trên khuôn mặt cô, nhưng nhanh chóng bị dập tắt.

Eshika tiến vào, giơ cao hai tay đeo găng tay trong tư thế phòng thủ, và Sunil cũng làm như vậy. Đã đến lúc phải chiến đấu.

Khi họ cuối cùng dừng lại, Sunil đau nhức khắp cơ thể. Anh ta ngã xuống vỉa hè nứt nẻ và nhìn lên bầu trời, kiệt sức. Anh nghe thấy Eshika ngồi xuống gần đó. Hôm nay cô ấy tấn công dữ dội hơn bình thường, các đòn tấn công của cô ấy dữ dội và không phối hợp, nên Sunil có thể chặn được hầu hết các đòn tấn công. Nhưng những kẻ vượt qua được sự bảo vệ của anh đã để lại dấu vết. Sunil nhìn những đám mây trôi qua trên cao trong khi hơi thở hổn hển của anh dần trở nên đều đặn hơn. Anh quay lại nhìn Eshika. Mắt anh mở to vì ngạc nhiên.

Cô ấy đã xắn một bên tay áo lên, để lộ vết bầm tím trên cánh tay. Cô ấy nhận thấy Sunil đang nhìn nên vội vàng cuộn nó lại. Sunil không nói nên lời.

"Này Eshi, cánh tay của cậu sao thế?"

"Không có gì đâu, Sunil. Tôi đập tay vào cửa và đây là kết quả."

Nhưng Sunil đã từng nghe lý do này một lần rồi. Mắt anh nheo lại.

"Ai đã làm điều này với anh?"

Eshika thở dài. "Sunil. Dừng lại. Đó là một tai nạn."

Sunil không tin một lời nào cô nói. "Là Mohit phải không?"

Eshika im lặng trong vài giây, một sự im lặng đến chói tai đã cho Sunil biết tất cả những gì anh cần biết. Anh không biết phải nói hay làm gì nên anh quay đi, một mớ cảm xúc dữ dội dâng trào bên trong anh. Khi nhìn Eshika, anh thấy những giọt nước mắt lặng lẽ chảy dài trên má cô. Khi cô ấy nói, giọng cô ấy nhẹ nhàng và ngắt quãng bởi những tiếng nấc nghẹn ngào.

"Anh ấy nói rằng anh ấy sẽ không chấp nhận lời từ chối nào nữa. Tôi lại từ chối anh ấy lần nữa. Anh ta đã tấn công tôi." Lời nói của cô khiến Sunil đau đớn và anh không thể nói được gì. Eshika tiếp tục nói, một tràng câu chữ rời rạc tuôn ra từ miệng cô. "Tôi không thể làm gì khác ngoài việc tự vệ. Tôi không thể di chuyển bình thường, phản ứng bình thường, chỉ có thể đỡ đòn của anh ta."

Và vào khoảnh khắc đó, Sunil nhận ra rằng nước mắt của cô không phải là vì buồn, mà là vì cảm thấy nhục nhã trước sự bất lực của bản thân, sự bất lực đến mức bất kỳ ai cũng có thể tấn công mà không bị trừng phạt.

"Huấn luyện có ích gì khi một thằng khốn như nó có thể làm thế với tôi?" Cô ấy giơ cánh tay lên.

Sunil đứng dậy, giọng nói căng thẳng vì tức giận. "Tôi sẽ nói chuyện với anh ấy vào ngày mai."

"Sunil. Tôi không nghĩ là bạn nên làm vậy. Bạn sẽ gặp rắc rối đấy. Họ sẽ đình chỉ bạn hoặc tệ hơn."

"Cái gì? Tại sao? Anh ta đáng bị đánh đòn."

"Sunil. Tôi không cần anh chiến đấu cho trận chiến của tôi! Tôi không phải là cô gái mà anh cần phải bảo vệ và che chở, hiểu không?" Giọng nói của Eshika căng thẳng.

"Tôi không thể để chuyện này trôi qua được."

"Lý tưởng của anh đâu rồi, Sunil? Chuyện gì đã xảy ra với việc đối xử với mọi người như nhau?"

"Cô không hiểu đâu, Eshika."

"Tôi hiểu rồi, Sunil. Cậu không có gì khác biệt so với những chàng trai khác ở đây. Dù bạn có rao giảng thế nào đi nữa thì cũng chẳng có gì khác biệt. Đừng có mà dám đánh Mohit vì tôi, rõ chưa? Tôi không muốn bất cứ ai biết về chuyện này."

Nói xong, cô lấy túi xách và bỏ anh lại sân bóng rổ.

***

Đêm đó, khi Sunil nằm trên giường, hàng ngàn suy nghĩ chạy qua tâm trí anh. Gương mặt thất vọng của Eshika hiện ra trước mắt anh. Anh lại nhìn thấy vết bầm tím trên người cô, và một cơn thịnh nộ âm thầm bùng nổ bên trong anh. Anh ấy là người như thế nào mà lại để bạn bè mình bị đối xử như thế? Hơn nữa, anh ấy cũng sẽ làm như vậy với Anil và bất kỳ người bạn thân nào khác của anh ấy, đúng không? Eshika đã sai. Anh ấy làm vậy không phải vì cô ấy là con gái mà vì sự gần gũi của họ.

Nhưng càng nghĩ về điều đó, anh càng thấy không thuyết phục. Sâu thẳm bên trong, dù anh có cố kìm nén đến đâu, cảm giác trách nhiệm đối với Eshika vẫn trỗi dậy, điều gì đó thấm sâu vào bên trong anh qua những trải nghiệm, và cả một cuộc đời được dạy rằng phải bảo vệ phụ nữ nếu anh muốn coi mình là đàn ông. Và khi Sunil chìm vào giấc ngủ ngày một sâu hơn, anh biết rằng anh không thể sống được nếu không hành động. Mặc dù không thích ý tưởng đó, nhưng anh vẫn không thể thoát khỏi sự ràng buộc của một người đàn ông.

Khi Sunil thức dậy vào sáng hôm sau, anh cảm thấy bình tĩnh. Cậu ấy mặc quần áo, ăn sáng nhanh chóng và lấy cặp sách đi học. Sau một lúc do dự, anh ấy cũng cầm túi đựng đồ tập kickboxing của mình lên.

Quãng đường đi bộ đến trường rất ngắn, tâm trí cậu trống rỗng, không còn nghĩ gì đến bất cứ điều gì ngoài những bước chân ở phía trước. Tiếng còi xe và tiếng la hét của người bán hàng bị át đi bởi suy nghĩ của anh về hậu quả của việc anh sắp làm. Nhưng anh không quan tâm, đứng nhìn mà không làm gì thì còn tệ hơn.

Chẳng mấy chốc, cậu đã vào lớp, nhưng giọng giảng bài của giáo viên vẫn còn khó hiểu. Khi tiếng chuông ra chơi vang lên, Sunil đứng dậy và bước ra khỏi cửa, để lại bộ đồ đấm bốc của mình. Sẽ không cần đến Mohit nữa, một nắm đấm không có vũ khí sẽ để lại nhiều dấu vết hơn. Nhưng trước khi anh kịp đi xa hơn, Anil đã bước tới trước mặt anh, đôi mắt lo lắng nhìn anh.

"Này, Sunil? Bạn đang đi đâu vậy?"

"Phòng tắm." Anh ấy đã nói dối. "Tôi sẽ quay lại ngay."

Nhưng Anil không hề nhúc nhích. "Này Sunil, Eshika đã kể cho tôi nghe chuyện gì đã xảy ra. Chúng ta nên nói với giáo viên trước."

"Và tốt hơn hết là mày nên tìm một giáo viên trước khi tao giết tên khốn đó." Nói xong, anh đẩy người bạn sang một bên và đi ra ngoài. Khóe mắt anh nhìn thấy Anil chạy về phía phòng giáo viên.

Sunil bước đi khắp trường, đôi mắt tò mò của anh ta quét khắp mọi ngóc ngách, mọi hành lang để tìm Mohit. Anh ấy ở đâu? Thằng khốn đó đâu rồi?

Ở đó.

Mohit đang ở cùng một vài người bạn của mình ở một góc sân. Họ đang cười vì câu chuyện cười mà anh vừa kể. Sunil bước thẳng về phía anh ta. Cả nhóm từ từ nhận ra sự có mặt của anh và quay lại đối mặt với anh. Cái nhìn vô hồn của họ cho anh biết họ không biết chuyện gì đã xảy ra hoặc anh là ai. Khuôn mặt đáng ghét của hắn nở nụ cười khi nhìn thấy anh.

"Chào! Hãy nhìn vào đây! Sunil là kẻ đánh phụ nữ!"

Nhưng Sunil không quan tâm đến lời xúc phạm đó. Anh ta dừng lại trước mặt Mohit. "Đây là vì những gì anh đã làm với Eshika." Sunil thấy mắt Mohit mở to vì ngạc nhiên, như thể anh ấy không biết rằng hành động của mình có thể gây ra hậu quả.

Và trước khi cậu bé kịp phản ứng, anh ta đã đấm một cú thật mạnh vào mắt cậu. Sunil hoàn toàn mong đợi anh ta trả đũa, nhưng Mohit chỉ đơn giản là ngã ra sau, hoàn toàn choáng váng trước cuộc tấn công bất ngờ, điều này khiến Sunil càng tức giận hơn. Anh ta lao vào Mohit và trước khi bạn bè anh kịp can thiệp, anh đã đấm anh ta thêm hai cú vào mặt.

Hàng chục bàn tay giữ anh lại khi anh tung ra một loạt cú đá và đấm về mọi hướng, và nhận lại bao nhiêu cú đá và đấm cũng bấy nhiêu. Một đám tay và cơ thể chen chúc nhau, một loạt nắm đấm nhòe đi, và cơ thể bất tỉnh của Mohit nằm trên sàn, những người bạn của anh cúi xuống nhìn anh.

Đôi bàn tay mạnh mẽ tách họ ra. Giáo viên và các em học sinh tràn vào hiện trường. Sunil nhìn thấy khuôn mặt của bà Goyal giữa cảnh hỗn loạn, và Anil đang đánh trả một người bạn của Mohit bằng một cú đấm vào mặt.

Sunil vẫn đang vùng vẫy, một lực giữ mạnh đã ngăn anh ta tiếp tục chiến đấu. Anh ta bị kéo sang một bên.

"Thả tôi ra!" Tôi sẽ giết anh ta!"

"Dừng lại ngay Sunil! Nếu không tôi sẽ đuổi học cậu!"

Đột nhiên anh không còn đánh nhau nữa mà đứng trước mặt bà Goyal với vẻ mặt vô cùng tức giận. Sunil buông tay, ý chí chiến đấu của anh đã hoàn toàn dập tắt.

"Trong phòng hiệu trưởng! Hiện nay!"

Cánh tay buông anh ra, và Sunil đi theo cô Goyal, cô giáo kia theo sát phía sau anh. Chẳng mấy chốc, sự náo loạn trong sân dần lắng xuống, chỉ còn tiếng giày lạch cạch trên sàn nhà. Khi sự phấn khích của cuộc chiến tan biến, Sunil nghĩ về việc mình đã làm. Tương lai của anh ấy có lẽ đang bị hủy hoại. Cậu sẽ bị đuổi học và bị xã hội ruồng bỏ.

Thay vì đến phòng hiệu trưởng, Sunil bất ngờ được đưa đến phòng y tế, nơi cậu được yêu cầu nằm trên giường và ngồi yên. Hai giáo viên được đưa đến bệnh viện để y tá chăm sóc. Một túi đá được nhét vào tay anh để chườm lên vết bầm tím, rồi Sunil được ở lại một mình với những suy nghĩ của mình.

Anh ấy bị bỏ lại đó để chìm đắm trong suy nghĩ trong khoảng thời gian có vẻ như nhiều giờ trước khi y tá quay lại và bảo anh ấy có thể ra về, và rằng họ đang đợi anh ấy ở phòng hiệu trưởng.

Sunil đứng dậy, vẫn còn choáng váng vì nằm dài, và đi dọc hành lang vắng vẻ đến phòng hiệu trưởng, tim cậu dần đập mạnh hơn trong lồng ngực.

Khi tới cửa, anh gõ cửa và sau vài giây, cửa mở. Bà Goyal nhìn xuống anh, đôi mắt nghiêm nghị không biểu lộ bất kỳ cảm xúc nào.

"Vào đi, Sunil."

Sunil nuốt nước bọt và bước vào trong, nơi anh thấy một vài giáo viên khác cũng có mặt, bao gồm cả hiệu trưởng, người ra hiệu cho anh tiến lên.

"Sunil. Việc bạn làm hôm nay rất sai. Bố mẹ bạn đã được thông báo rồi."

"Nhưng.."

"Cô Để tôi nói hết nhé. Hình phạt cho hành động kiểu này rất nghiêm khắc. Nó cũng có thể dẫn tới việc bị đuổi học. Bạn biết điều đó mà, phải không?"

"V-vâng." Sunil cảm thấy đau đớn trong lòng. Liệu anh ấy có bị trục xuất không?

"Vậy tại sao anh lại tấn công Mohit?"

"Thưa ngài, tôi-" Nhưng anh nghĩ về Eshika, và về phản ứng của cô ấy nếu anh kể với bất kỳ ai về những gì thực sự đã xảy ra. Anh không thể kéo cô vào chuyện này được. "Tôi- anh ta đã xúc phạm tôi, thưa ngài."

Hiệu trưởng nghiêng người về phía trước trên bàn làm việc. "Ừm. Tôi hiểu rồi. Không cần phải nói dối đâu, Sunil. Tại sao anh lại tấn công anh ấy?"

Sunil tỏ ra bối rối. Hiệu trưởng có biết điều gì không? Có vẻ như ông ấy chắc chắn như vậy.

Nhưng Sunil đã hết cách, bụng anh quặn đau vì lo lắng.

"Thưa ngài, anh ta đã đánh một người bạn của tôi. Anh ấy đã làm cô ấy bị thương."

Sunil nhìn quanh phòng khi nói điều này và nhận thấy những tiếng thì thầm nhỏ từ các giáo viên khác. Biểu cảm của bà Goyal dường như dịu đi đôi chút.

Hiệu trưởng tiếp tục. "Được thôi, Sunil." Anh ta đứng dậy khỏi bàn làm việc.

"Như tôi đã nói, hình phạt rất nghiêm khắc, Sunil. Bạn sẽ bị đình chỉ học một tuần. Vậy là hết rồi."

Và sau đó, Sunil bị dẫn ra khỏi phòng và ra hành lang. Đồ đạc của anh đã được mang tới cửa. Anh ấy nhặt túi xách lên và đi về phía lối ra, tâm trí vẫn còn tê liệt sau cuộc trò chuyện vừa rồi. Vậy là anh ấy không bị đuổi học sao? Chuyện gì đã xảy ra?

Và ngay khi anh tới lối ra và sân trường, anh thấy có người tiến về phía mình. Đó là Eshika, vẻ mặt nghiêm nghị của cô xuyên thấu anh. Anh tiến lại gần cô.

"Tôi không thể dừng lại được. Tôi xin lỗi Eshika. Họ biết về anh và Mohit. Tôi phải nói với họ."

Và ngay lúc đó, anh thấy biểu cảm của Eshika dịu đi đôi chút.

"Tôi đã nói với họ. Vì lợi ích của bạn."

Sunil rất ngạc nhiên. "Khoan đã, thật sao? Sau tất cả những điều anh đã nói?"

Eshika thở dài. "Vâng, dù sao thì tôi cũng biết là tôi không thể ngăn cản anh được." Vẻ mặt của cô vẫn nghiêm nghị, nhưng một nụ cười nhẹ hiện trên khuôn mặt. "Bạn có muốn đấu tập một chút không? Tôi chắc chắn mình có thể chiến đấu tốt hơn Mohit."

Sunil cảm thấy tim mình đập mạnh. "Thật sự? Vâng, chắc chắn rồi." Giọng nói có vẻ đang thể hiện sự phấn khích của anh ấy.

"Và bình tĩnh lại, Sunil. Tôi vẫn chưa tha thứ cho anh đâu."

Và rồi họ đi ra khỏi cổng trường.

***

Thăm lại một ngôi nhà đổ nát

Mỗi tháng anh ấy đều viết thư cho tôi. Đọc những lá thư này đã trở thành một phần trong hành trình ngắn hàng tháng của tôi đến những miền ký ức. Tôi có vẻ không muốn đọc chúng nhưng cảm xúc của tôi luôn phản bội lý trí mỗi lần đọc. Khi nhận được lá thư này, tôi cảm thấy có chút lo lắng cho anh ấy.

Rupa thân mến,

Em luôn thấy mình nhớ lại ngày chúng ta gặp nhau, như thể anh đã thì thầm vào tai em mỗi khi em đi ngủ chỉ để khiến em mơ về những ngày tháng ấy giờ đã qua lâu rồi. Chúng vẫn có vẻ rất nhiều màu sắc, và một khi nhắm mắt lại, tôi có thể sống lại tất cả những ký ức đó một lần nữa: Tôi nghe thấy tiếng trẻ con chạy qua hành lang, thấy bầu trời mở ra trong xanh, cảm nhận bàn tay em nhẹ nhàng nắm lấy tay anh khi chúng ta đùa giỡn để biết cảm giác yêu lần đầu là như thế nào. Có lẽ tất cả những điều đó chỉ có nghĩa là anh nhớ em.

Và khi tôi nhớ em, toàn thân tôi đau nhức, như thể đang cố nhắc nhở tôi về tuổi tác của mình, tôi ho khan rồi ra khỏi giường và bắt đầu một thói quen lặng lẽ, cô đơn. Trong lúc nửa tỉnh nửa mê, những ký ức tuổi thơ hòa lẫn với buổi sáng của tôi, vì vậy tôi cố gắng chìm vào giấc mơ. Tôi chen vào giữa những làn sóng học sinh vui đùa, và theo bản năng, tôi cố gắng tìm lại chính mình, có thể tôi bị lạc, hoặc không phải đang nấp sau ghế hay ẩn núp ở một chiếc bàn nào đó. Tôi rót một ít cà phê và ngồi xuống, sau khi nhấp ngụm đầu tiên, tôi nhận ra bọn trẻ đã đi mất, ngoại trừ một đứa đang nhìn chằm chằm vào tôi bằng đôi mắt to và nâu.

"Này, bạn có muốn uống cà phê không?" Tôi tự hỏi mình.

"Bạn không có trà sao? Tôi không thích cà phê, nó chua quá."

"Được thôi, tôi có thể pha một ít, đợi tôi một phút nhé."

Khi uống xong và quay lại bàn với một cốc nước nữa, tôi nhận ra mình chỉ có một mình và phải uống cả hai. Ngày mới của tôi bắt đầu như thế đó, và ngày hôm trước cũng vậy. Tiếp tục những thói quen đó mỗi ngày, bước tiếp theo là viết cho bạn một lá thư, mặc dù tôi chắc rằng bạn sẽ không đọc chúng. Nhưng tôi không thể trách bạn được, tôi biết nếu tôi là bạn, có lẽ tôi cũng sẽ làm như vậy.

Ánh sáng chảy như nước từ ô cửa sổ, phản chiếu lên những bức ảnh cũ của tôi và đập vào mặt tôi khi tôi cố xem tivi. Tôi cần phải làm gì đó để quên đi chuyện này. Hôm nay anh không khỏe, có thể là hơi ốm, có thể là đang cố trốn tránh thói quen và không viết thư cho em, anh nghĩ anh vẫn sợ rằng em sẽ không bao giờ trả lời anh nữa.

Vài phút sau, tôi thức dậy và đi tắm, suy nghĩ thành lời và có một số kết luận đáng sợ: mỗi ngày tôi cảm thấy mình ngày càng xa cách với thế giới, tôi không ra khỏi nhà nữa, hầu như không nói chuyện với ai, lần cuối cùng là cách đây vài tháng, khi Deepak đến thăm tôi vào Ngày của Cha. Tôi gần như có thể nhìn thấy trái đất tách ra, để lại tôi như một hòn đảo tách biệt với phần còn lại của thế giới, vết nứt này ngày một lớn và tôi chỉ có thể nhìn nó dài ra. Khi giọt nước cuối cùng rơi trên tóc tôi, tôi đã đưa ra một lựa chọn, hôm nay là ngày cuối cùng tôi cố gắng liên lạc với bạn một lần nữa.

Rupa thân mến, tôi đã mơ rất nhiều về bạn, về một ngày nào đó mà tôi chắc rằng bạn cũng nhớ. Tôi mười lăm tuổi và bạn mười bốn tuổi, chúng ta chỉ mới quen nhau trong một thời gian ngắn, nhưng chẳng mấy chốc chúng ta đã trở thành bạn tốt; chúng ta bổ sung cho nhau rất tốt, bạn đã giúp tôi ở trường - đôi khi tôi vẫn rùng mình khi nhớ lại lớp toán với thầy Mandal - và tôi đã giúp bạn vượt qua sự nhút nhát và nỗi lo lắng khi nghĩ về tương lai của mình.

Bạn có nhớ họ từng cười nhạo chúng ta và nói đùa rằng chúng ta giống như vợ chồng không? Có lẽ là do lỗi của họ, bạn bè chúng tôi luôn nghĩ chúng tôi là một cặp và khi chúng tôi trở thành một thì mọi thứ trở nên quá tự nhiên, đến nỗi chúng tôi không hiểu được tầm quan trọng của nó.

Anh nhớ lần đầu tiên chúng ta hôn nhau vào mùa hè ấy với bầu trời vàng rực, khuôn mặt em mát lạnh và anh đắm chìm trong sự chạm vào làn da của chúng ta, nếu anh là một nhà thơ, anh sẽ diễn đạt mọi thứ theo cách hay hơn, lãng mạn hơn, nhưng anh chỉ đơn giản là anh, và anh có thể chỉ viết về mái tóc mượt mà của em như một biển cả anh lặn xuống với những cái vuốt ve, và về đôi mắt xanh thẳm của em như... Anh không phải là một nhà thơ, nhưng đôi mắt ấy vẫn có ý nghĩa rất lớn đối với anh.

Nói rằng anh nhớ em là còn quá khiêm tốn, nỗi nhớ đã trở nên giống một căn bệnh hơn là một cảm giác, mỗi ngày anh càng chìm sâu hơn vào nỗi cô đơn không thể thoát ra, và anh cảm thấy như đang chết đuối, như thể thời gian đang ăn mòn cơ thể anh. Và mỗi ngày tôi đều tự hỏi tại sao tôi vẫn còn làm việc này. Tất cả là vì anh hiểu em, và anh biết rằng tất cả thời gian chúng ta bên nhau vẫn có ý nghĩa, em có thể quay lại bất cứ khi nào em muốn.

Chúng ta có thể uống trà, mua một ít jalebi mà bạn thích và trò chuyện một lúc về bất cứ điều gì bạn nghĩ đến, tôi sẽ lắng nghe. Không cần phải quên hết mọi chuyện đã xảy ra trước đây trong mối quan hệ của chúng ta, anh đã làm nhiều điều sai trái mà anh không thể dễ dàng quên được, nhưng anh đang cố gắng trở thành một người đàn ông tốt hơn, lần này là thật, anh cảm thấy đây là cơ hội cuối cùng để anh chuộc lỗi, và nếu em không thấy được anh sẽ trở thành người như thế nào, thì tất cả đều vô nghĩa. Tôi sợ rằng lần tiếp theo chúng ta gặp lại nhau sẽ là trong một đám tang, nơi mà chẳng ai rơi một giọt nước mắt.

Rupa, bạn có biết cảm giác cô đơn là như thế nào không? Hir vẫn sống với bạn và Deepak đến thăm bạn hàng tuần tại nơi từng là nhà của chúng ta. Tôi nghe nói bạn hiện đang nuôi mèo, tôi rất vui vì cuối cùng bạn cũng có thể nuôi được con vật cưng mà bạn hằng mong muốn; mặc dù tôi không thích động vật nhưng tôi cũng đang nghĩ đến việc nuôi một con vật cưng.

Sự im lặng có thể là chất độc, cuối cùng tôi cũng thừa nhận, sau nhiều lần tôi đã nói rằng sự im lặng là hoàn hảo cho sự suy ngẫm và tĩnh lặng, nhưng một ngôi nhà chìm trong sự im lặng thì không hề dễ chịu chút nào. Để giết chết sự im lặng này, tôi đã thử nhiều cách, tôi bật âm lượng tivi hết mức có thể, chỉ để nghe những quảng cáo bất tận về những sản phẩm không có mục đích thực sự. Tôi tự hát cho mình nghe những bài hát về những năm tháng chung sống và gõ vào bàn như thể đang chơi những quân cờ trên một cây đại dương cầm, tôi chỉ có thể tưởng tượng cảnh tượng đó buồn đến mức nào.

Tôi sống xa rời thời gian, gần như trốn tránh nó, tôi không muốn bắt đầu nhớ lại tất cả những việc mình đã làm nhiều năm trước, tôi không muốn nhớ lại tuổi tác của mình - cảm giác như căn bệnh này khiến tôi già hơn tuổi thật - nhưng nhìn chung, tôi không muốn nhớ lại đã bao lâu kể từ khi chúng tôi ly hôn. Thành thật mà nói, tôi vẫn thường tự đùa mình rằng chúng ta chia tay nhau ngày hôm qua, hôm nay tôi tận hưởng sự bình yên mà tôi xứng đáng có được và ngày mai tôi sẽ lại có em. Vậy nên làm ơn hãy quay lại đi, Rupa. Anh vẫn yêu em.

Mỗi sáng em thì thầm nhưng đến đêm em lại hét lên, anh vẫn không thể quen được. Bên ngoài phòng, tôi nghe thấy tiếng chúng ta hòa vào nhau, tiếng bạn cầu xin dừng lại và tiếng tôi thì to hơn để át đi tiếng khóc của bạn. Tôi không thể thoát khỏi những ký ức của mình. Ngày hôm đó, em gần như làm gãy tay anh, nhưng bọn trẻ đã sợ hãi chạy đến bên chúng ta, co ro lại với đôi mắt mở to, và em phải bịa ra một cái cớ kinh khủng trong khi anh khóc lóc kể lể nỗi đau của mình.

"Đó chỉ là một trò chơi thôi." Tôi nói. Khuôn mặt của Hir tối sầm lại, cô ấy không bao giờ đối xử với tôi như cha cô ấy nữa.

"Mẹ vẫn ổn phải không con yêu?" Tôi cố kéo cô ấy ra khỏi tay cô ấy nhưng cô ấy chống trả và khóc to hơn trước, khiến cả ba chúng tôi đều sợ. Cô ấy trông giống một con vật bị thương, chống cự mọi sự giúp đỡ. Cô ấy bò đến và với tới bọn trẻ, đặt tay lên vai chúng và nhìn tôi đầy thách thức.

"Nhìn này, đó chỉ là một sai lầm, chuyện này xảy ra với bất kỳ ai mà." Tôi cố gắng đến gần gia đình và xoa đầu con trai, trấn an họ rằng lúc đó tôi chỉ mất bình tĩnh, mong họ tha thứ và mỉm cười buồn, rồi ôm chặt con thật lâu để nói lời xin lỗi. Thay vào đó, Rupa đẩy tôi ra và hét lên bảo tôi tránh xa họ. Họ nhìn tôi như thể tôi là một con quái vật, nhưng tôi không phải là quái vật, tôi chỉ có một ngày tồi tệ thôi. Ánh mắt buộc tội của họ kéo dài trong khoảng thời gian mà với tôi có vẻ như vô tận, một sự im lặng khó chịu bao trùm bầu không khí, tôi phải phá vỡ sự im lặng, chán ngán vì cảm thấy mình là kẻ xấu.

"Này... Tôi xin lỗi. "Tôi thực sự là vậy."

"Mohan, tránh xa chúng tôi ra."

Rupa không bao giờ gọi tôi bằng tên trừ khi đó là chuyện cực kỳ nghiêm túc. Họ từ từ mở cửa và rời đi. Tôi quỳ xuống và cố gắng hết sức để không khóc, tôi tự hứa với lòng mình nhiều lần rằng họ sẽ quay lại ngay vào phút tiếp theo. Tôi đã ở một mình cả tuần, Rupa đưa bọn trẻ đến nhà bố cô ấy.

Tại sao tôi lại không theo họ? Lòng kiêu hãnh chết tiệt đó khiến tôi đứng yên và hành động như thể mọi thứ vẫn ổn, chân tôi không cử động và tôi tự trấn an mình rằng đó là vì tôi cần phải tỏ ra mạnh mẽ khi chúng khỏe lại. Sức mạnh chẳng có giá trị gì nếu nó không bảo vệ được ai, phải mất một thời gian dài tôi mới hiểu ra điều đó.

Mệt mỏi vì chu kỳ ác mộng liên tục này, cuối cùng tôi cũng ra khỏi giường và thử làm điều gì đó mới mẻ và theo dõi chúng. Bị cơn phấn khích ám ảnh, tôi loạng choạng bước ra phố và cố gắng phớt lờ cái lạnh buốt giá của màn đêm, ánh đèn mờ ảo và gần như không hoạt động không thể khiến tôi sao nhãng việc đến chỗ họ lần này, ở khóe mắt tôi nhìn thấy - hoặc tin là - hình bóng của gia đình tôi.

Hít thở không khí như nuốt kim, mỗi bước chân đều kèm theo tiếng ho dữ dội phá vỡ sự im lặng, tôi không muốn thừa nhận rằng bước đi thảm hại của mình sẽ không bao giờ đến được chỗ họ. Vì vậy, tôi chạy đi trong tuyệt vọng, cầu xin sự tha thứ nhưng điều đó sẽ không bao giờ xảy ra. Mỗi lần tôi đến gần, chúng lại rẽ sang con phố khác và ẩn núp, thị lực của tôi ngày càng kém nên tôi chỉ có thể đi theo dấu vết của chúng, thế là quá đủ. Theo một nghĩa nào đó, tôi cảm thấy như lỗi lầm của mình đã được chuộc lại, nếu họ có thể quay lưng lại và thấy rằng tôi nhớ họ đến nhường nào.

Đêm qua, tôi cảm thấy một luồng sóng ấm áp đột ngột ập vào người tôi. Tôi thức dậy sau giấc ngủ dài. Khuôn mặt tôi đẫm nước mắt và mồ hôi, những giọt nước nóng hổi chảy dài trên cơ thể tôi. Tôi nhận ra rằng chính những cơn ác mộng đó đang săn đuổi tôi. Tôi muốn trút hết nỗi lòng mình với bạn. Tôi cần một cơ hội thứ hai nhưng lại không đủ can đảm để đến với anh.

Những cơ bắp cứng đờ của cơ thể trống rỗng của tôi co lại theo nhịp điệu đau đớn. Tôi không thở được. Rupa, anh không ở đó, bên cạnh em, nơi anh vẫn luôn ở, anh biết phải làm gì với nỗi đau này. Tôi gõ cửa phòng của Deepak và

Hir, nhưng cả hai đều trống rỗng. Con trai chúng tôi khỏe mạnh và tốt bụng, nếu nó ở đây, tôi đã không phải nằm trên sàn nhà và vật lộn để thở, con gái tôi thông minh và sẽ sớm gọi bác sĩ.

Nhưng tôi chỉ có một mình trong ngôi nhà này, và khi ở một mình, tôi sẽ ngất đi mất."

Khi tôi đọc dòng cuối cùng, nỗi sợ mất Mohan đột nhiên ập đến khiến tôi ngã gục xuống giường. Khi tôi là chính mình, một tình thế tiến thoái lưỡng nan đã chế ngự tôi. Tôi có nên đến thăm anh ấy hay không? Tôi biết nếu tôi không làm vậy, có thể tôi sẽ không bao giờ gặp lại anh ấy nữa. Mọi ký ức như một đoạn phim ngắn bắt đầu hiện về trước mắt tôi. Anh ấy đã mang đến cho tôi cả những ngày hạnh phúc nhất và đau khổ nhất trong cuộc đời, tôi đã cố gắng hết sức để đối mặt với chúng và vượt qua quá khứ của chúng tôi nhưng tôi sợ rằng Mohan vẫn đang sống trong quá khứ.

Tuy nhiên, tôi đã gạt bỏ những khoảnh khắc khủng khiếp đó sang một bên trong một giờ và đến gặp anh ấy. Tôi chỉ đến để bảo anh ấy ngừng viết những lá thư đó thôi. Khi tôi nhìn thấy anh ấy nằm trên sàn nhà, ngày hôm đó, có điều gì đó dâng trào trong tôi, một sự pha trộn giữa lòng thành kính và những cảm xúc mà tôi nghĩ rằng đã chết.

Tôi chìm vào suy nghĩ, "Hai mươi năm vẫn chưa đủ với anh ấy sao? Liệu hắn có chỉ thỏa mãn sau khi hủy hoại hoàn toàn chúng ta giống như hắn đã hủy hoại chính mình không? Tôi không biết chuyện gì đã xảy ra với chàng trai thông minh, tốt bụng và vô hại mà tôi đã yêu cách đây nhiều thập kỷ. Tôi không biết mình đang nhìn ai trong suốt cuộc cãi vã và thảo luận của chúng tôi, bởi vì đó không phải là Mohan, anh ấy không phải như vậy.

Đôi mắt và cử chỉ đó, cách toàn bộ khuôn mặt anh ta biến thành một chiếc mặt nạ hung hăng và khi sự im lặng của anh ta thể hiện bằng sự tổn hại và bạo lực - tôi tự hỏi có bao nhiêu chiếc đĩa sứ trong đám cưới của chúng tôi đã bị mất trong cơn giận dữ của anh ta - đó không phải là Mohan, mà là hình ảnh phản chiếu của cha anh ta, người mà anh ta vô cùng căm ghét. Người mà anh ấy đã nói với tôi rất nhiều lần rằng tôi đã cứu anh ấy, nhưng trớ trêu thay, cuối cùng anh ấy lại trở nên giống như anh ấy.

Tôi nhìn anh ấy dưới nhiều góc độ khác nhau, tôi thấy người yêu dấu Mohan của tôi, người vẫn còn là một chàng trai trẻ trong giấc mơ của tôi, tôi thấy người chồng Mohan của tôi, người đã làm tôi tổn thương sâu sắc, và giờ đây tôi thấy một Mohan yếu đuối và đáng thương, người thậm chí không muốn thừa nhận sự suy đồi của mình, sinh ra từ mong muốn ám ảnh là đưa chúng tôi trở về nhà.

Khi tôi trở lại bình thường, tôi nghe thấy tiếng rên rỉ nhỏ. Đó là Mohan. Tôi nhận thấy cửa không đóng.

Trở lại nơi mà gần như toàn bộ cuộc đời tôi đã diễn ra khiến tôi có chút xúc động, một vài giọt nước mắt nhẹ cố chảy ra khỏi mắt tôi và một vị đắng ngọt trong cổ họng khiến tôi không thể nói và gọi tên anh ấy, những cảm xúc đó không kéo dài lâu, bởi vì chẳng mấy chốc tôi đã tìm thấy anh ấy và ý nghĩ đầu tiên của tôi là anh ấy đã chết. Thế là đôi chân tôi trở nên yếu đuối và trái tim tôi, vốn đã mệt mỏi vì đau đớn, lại đau nhói một lần nữa khi tôi ôm chặt Mohan trong vòng tay.

"Đừng gọi đến bệnh viện..." Giọng nói yếu ớt của anh thì thầm.

"Mohan..." Đối mặt với anh ta còn tệ hơn tôi nghĩ, gánh nặng của hai mươi năm gian khổ đổ ập lên vai tôi.

Khuôn mặt của Mohan tái nhợt, đôi tay anh run rẩy như những cành cây nhỏ bé rung chuyển trước gió. Thật trớ trêu, cơ thể lạnh lẽo nhất mà tôi từng ôm, lại chính là người đã nhiều lần cố gắng và làm tôi tổn thương trong những trận chiến nảy lửa, cũng chính là sức nặng đã từng nhấn chìm tôi.

Tôi lôi anh ấy đến ghế sofa, nhận ra phòng khách của chúng tôi bây giờ bẩn thỉu thế nào, đắp cho anh ấy một chiếc chăn len - cũ và không thoải mái, tôi nhớ rằng tôi đã may vá và anh ấy ngay lập tức coi đó là chiếc chăn yêu thích của mình - và cố gắng chuẩn bị một ít đồ ăn, nhưng vì anh ấy hầu như không có gì trong bếp nên tôi chỉ nấu một ít súp.

Tôi có đủ thời gian để nhớ lại nhiều câu chuyện cũ, vừa tàn khốc vừa cảm động.

Để giết thời gian, tôi dọn dẹp phòng khách, cảnh tượng bụi bặm trong ngôi nhà từng hoàn hảo của tôi khiến tôi hơi khó chịu, và khi bắt đầu, mọi thứ đều trở nên máy móc, một thói quen đã lãng quên từ lâu lại một lần nữa thức dậy trong tôi. Cho đến khi súp chín, tôi vẫn tiếp tục dọn dẹp, chăm sóc nhà cửa và ngân nga một số giai điệu ngẫu nhiên trong khi nghĩ về quá khứ. Mohan nằm đó, vẫn ngủ, chỉ như một món đồ nội thất khác mà tôi chăm sóc.

Như thể tôi đang nói chuyện với anh ấy vậy. "Anh vẫn nhớ, Mohan, lần đầu tiên anh nhìn thấy em khóc, gục ngã trước mặt anh, có chút xấu hổ vì đã để lộ sự yếu đuối của em, vào thời điểm mà cái ôm của chúng ta vẫn còn có nghĩa là sự an toàn. Chúng ta đã hẹn hò ở một rạp chiếu phim mới mở và em đến muộn, khắp mặt đầy vết bầm tím, đôi mắt lạc lối của em thậm chí không thể nhìn anh lấy một giây, vì vậy anh đã ôm em và giữ em thật chặt, và cuối cùng em đã suy sụp.

Anh ta làm em đau, đúng không? Bạn thậm chí không thể buộc tội cha mình đã ngược đãi bạn, bạn chỉ thú nhận rằng bạn rất tiếc và không có tiền để xem phim. Giọng nói run rẩy của con, mẹ biết con cần mẹ và đêm đó mẹ đưa con về nhà, bố mẹ ngạc nhiên là hiểu được hoàn cảnh của con, mặc dù sau đó họ phạt mẹ vì không nói với họ trước về chuyện đó. Chúng ta đã có một bữa tối ấm áp và vui vẻ và ngủ ở hai phòng riêng, nhưng đến đêm, tôi lẻn vào phòng anh và ôm ấp, thì thầm vào tai anh rằng mọi chuyện sẽ ổn thôi, nhiều lần tôi đã nói rằng tôi sẽ không bao giờ rời xa anh. Hãy nhìn chúng ta bây giờ, hứa hẹn chỉ để rồi thất hứa."

Không biết anh ấy đang ngủ hay thức, tôi im lặng sau khi nhận ra mình chưa thực sự chuẩn bị để nói chuyện trực tiếp với anh ấy lần nữa. Sau suy nghĩ đó, chuyển động của tôi trở nên cứng nhắc hơn, một nỗi sợ hãi chậm rãi bò trên da tôi, như thể một ngọn lửa lạnh đang đùa giỡn với tâm trí tôi, hay những cành hoa đầy gai đang quấn quanh cơ thể tôi.

Tôi lập tức cảm thấy xấu hổ khi nhận ra sự thiếu sáng suốt trong các quyết định của mình, không những tôi đã xông vào một ngôi nhà không phải của tôi - tất cả những kỷ niệm đẹp đẽ và thời gian đã trải qua chẳng có ý nghĩa gì về mặt pháp lý - để gặp một người mà tôi không nên gặp, và sau khi thấy anh ta bị ốm và nằm trên sàn nhà, tôi thậm chí không nghĩ đến việc gọi điện đến bệnh viện.

Có thể là tôi có vấn đề, hoặc có thể cả hai đều bị tổn thương như nhau. Tôi nghe anh ấy lẩm bẩm những điều mà tôi không hiểu, và đột ngột rời khỏi nhà khi anh ấy đang tỉnh dậy, nếu tôi đủ may mắn, anh ấy sẽ chỉ đơn giản là mang tất cả những giấc mơ và ảo tưởng này theo mình.

Nhưng ngay cả sau khi rời đi, tôi vẫn nghĩ về Mohan và khả năng cho anh ấy một cơ hội thứ hai. Và tôi biết cô ấy quá hào phóng.

***

Pari là người đầu tiên gọi cho tôi ngay ngày hôm sau khi tôi nói ý tưởng của mình với Hir và Deepak. Có chút sửng sốt, tôi cố gắng trả lời một cách bình tĩnh và lý trí khi cô ấy thẩm vấn tôi. Giọng nói the thé của cô ấy hét qua điện thoại và đưa ra những câu hỏi phóng đại cùng những điều đã xảy ra trước đó trong các cuộc tấn công của Mohan làm ví dụ.

Trong khi trả lời hết mức có thể, tôi cố gắng cho Pari thấy rằng tôi không bị mất trí mặc dù tôi không chắc chắn về điều đó. Tôi cũng tự hỏi ai đã nói với cô ấy về ý tưởng của tôi. Có lẽ là Hir, đang cố gắng giải thích cho tôi hiểu hoặc chỉ muốn chia sẻ với người khác nỗi căm ghét của cô dành cho Mohan, cô gái tội nghiệp ấy có một số chuyện cũ với cha mình mà cô vẫn chưa thể quên, và không giống như Deepak, cô thậm chí còn từ chối coi ông là gia đình.

"Rupa, vẫn còn nghe tôi chứ?" Pari đã thu hút sự chú ý của tôi trở lại.

"Hả? Ừ, chỉ suy nghĩ một chút thôi."

"Được rồi, đừng nghĩ nữa, điều đó sẽ không đưa bạn đến đâu cả. Bạn thân mến, chúng ta đã biết nhau quá lâu rồi, bố mẹ chúng ta giống như bạn thân vậy, bạn và tôi cũng rất thân thiết, đúng không? Và tôi nói cho em biết, em yêu, tôi chưa bao giờ thấy điều gì tốt đẹp ở Mohan của em cả."

"Nhiều năm trước anh cũng từng thích Mohan mà..."

"Anh có phải hơi quá chú tâm vào quá khứ không? Tôi chỉ đang cố giúp bạn bước tiếp thôi. Bạn có nhớ anh ấy đã cấm bạn gặp tôi bao nhiêu lần không? Đôi khi tôi cảm thấy bạn đã kết hôn quá sớm. Tôi vẫn ở đây nhưng bạn đã mất đi nhiều bạn bè vì anh ta, hãy hỏi Saina hoặc Kiri về Mohan, và họ sẽ không nói về anh ta một cách tôn trọng như tôi đâu."

"Pari, tôi phải cúp máy đây, tôi phải đi đây."

"Khoan, khoan, khoan! Đừng để tình cảm lấn át lý trí của bạn, bạn vẫn còn nhớ cảnh anh ta nhốt bạn trong chính ngôi nhà của bạn chứ? Những người như thế không thể thay đổi được. Chuyện đó kéo dài trong nhiều tuần, Rupa, và làm ơn đừng nói rằng anh ấy muốn bạn tập trung vào con cái, cả hai chúng ta đều biết lý do là vì bạn đang đi làm và anh ấy không thể chịu đựng được khi nghĩ đến việc bạn trở nên độc lập! Những người như Mohan sẽ làm bất cứ điều gì để kiểm soát những người như bạn, cho anh ta một cơ hội nữa chỉ làm bạn tổn thương hơn thôi, làm ơn hãy suy nghĩ đi."

"Tôi phải đi đây, Pari."

"Được rồi, tạm biệt, tôi chỉ hy vọng anh có thể đưa ra lựa chọn đúng đắn."

Tôi cúp máy và xoa bóp đầu vì đêm qua tôi bị đau đầu khủng khiếp mà không tài nào thoát khỏi. Tôi đã thử rất nhiều cách, tập giãn cơ, nghe nhạc và thiền trong nửa giờ, uống một ít nước thảo dược và nhiều gừng; tất cả đều vô ích, cơn đau ngày càng tăng, và tôi chắc chắn rằng nó liên quan đến sự căng thẳng mà tôi tự gây ra khi nghĩ về Mohan.

Có người bên ngoài bóp còi xe khi tôi đang cố gắng kiềm chế bản thân, và họ lại bóp còi lần nữa khi tôi hít vào thở ra, hít vào mùi nến quế trong khi đầu tôi đau như bị đóng kim, thở ra một hơi căng thẳng, tôi sắp bật khóc. Chiếc xe cuối cùng cũng dừng lại và tôi thở phào nhẹ nhõm, nhưng sự im lặng và sự lo lắng của tôi không kéo dài được lâu, chỉ một phút sau đã có người gõ cửa.

Tôi sớm nhận ra tiếng gõ cửa thiếu kiên nhẫn, sau cuộc gọi của Pari, tôi đã hoàn toàn quên mất rằng hôm nay con gái tôi sẽ đưa tôi đi ăn nhà hàng. Chắc chắn là cô ấy muốn thảo luận sâu hơn về lý do tại sao việc cho Mohan một cơ hội thứ hai lại là một ý tưởng tồi tệ, nhưng việc dùng bữa tối với gia đình tôi là một lời đề nghị quá tốt để từ chối.

Tôi thay quần áo đẹp hơn và nhanh chóng ra khỏi nhà. Con bé trông rất giống tôi, hoặc giống như tôi trước đây, khuôn mặt và cử chỉ của tôi giống hệt con gái tôi, nhưng giọng nói của con bé đầy sức mạnh và sự tự tin mà tôi nghĩ mình sẽ không bao giờ có được.

"Chào!" và tôi ôm cô ấy, có lẽ chặt hơn tôi nghĩ, khi cô ấy rên rỉ và tránh xa vòng tay tôi.

"Đi thôi, Deepak đang đợi chúng ta, không còn thời gian để mất nữa đâu."

"Ờ, tôi nghĩ đây sẽ là một cuộc gặp gỡ thoải mái hơn, chỉ giữa hai chúng ta thôi, nhưng chính anh, khi nào anh mới khiến mọi thứ trở nên thoải mái vậy?" Tôi nói đùa.

Hir mỉm cười yếu ớt, "Anh hiểu rồi, hiểu rồi... Tôi không muốn nhắc lại lời mình với cả anh và anh trai tôi, nên tôi nghĩ thế này sẽ tốt hơn. Mẹ biết không, chúng ta sẽ đến nhà hàng yêu thích của mẹ và con sẽ trả tiền cho mọi thứ, vì vậy hãy tận hưởng nhé, mẹ."

Chúng tôi bước vào chiếc xe Toyota màu trắng của Hir, một chiếc xe đẹp khiến tôi muốn biết cách lái nó. Trong suốt thời gian hôn nhân, Mohan đã chở tôi đi khắp nơi bằng xe bán tải của anh ấy. Hir bật nhạc trên radio và lái xe hơi nhanh so với ý thích của tôi. Tôi cố gắng trò chuyện trước khi cơn đau đầu quay trở lại, dường như việc mất tập trung giúp tôi dễ chịu đựng hơn.

"Có lý do nào khiến bạn cảm thấy muốn cho đi nhiều như vậy không? Ý tôi là, tôi vui nhưng điều đó cũng bất thường." Tôi nói.

"Con đã làm việc chăm chỉ để có được như ngày hôm nay, mẹ ạ, con thích công việc của mình và số tiền mà công việc mang lại, sự tự do để mua một chiếc xe hơi riêng và trả tiền cho một bữa tối ngon miệng với gia đình. Tất cả những điều này sẽ không thể xảy ra nếu cha tôi vẫn ở lại với chúng tôi. Tôi biết ấn tượng của anh về tôi khi nhắc đến Mohan, nhưng hãy cho tôi cơ hội giải thích nhé, được không?"

Vài phút sau chúng tôi đến quán cà phê, quán vẫn đẹp như tôi nhớ, Deepak đã đợi chúng tôi bên trong và đang thưởng thức bánh. Anh ấy là hình ảnh phản chiếu những ngày tháng tốt đẹp nhất của Mohan, mạnh mẽ và dễ tính, nhưng trên hết, Deepak là người giàu lòng trắc ẩn. Con trai tôi vẫy tay chào tôi và mỉm cười, ba chúng tôi ngồi cùng một bàn..., điều đó khiến tôi cảm thấy an toàn, vui mừng vì các con đã lớn lên trở thành những người tốt mà tôi có thể tin tưởng, ngay cả sau bao nhiêu chuyện đã xảy ra. Tôi chỉ yêu cầu một tách trà, ngay cả khi Hir muốn tôi ăn thêm nhưng tôi không đói, cô ấy gọi một đĩa salad cho cả hai chúng tôi và nhắm mắt lại.

"Cô ấy lại làm thế nữa rồi." Deepak cho biết.

"Làm gì thế?" Tôi hỏi vì tò mò về cử chỉ kỳ lạ của cô ấy.

"Nghĩ về bài phát biểu của cô ấy. Tôi chắc chắn cô ấy luôn làm thế ở chỗ làm và giờ tin rằng đây là cách mọi người giao tiếp, hãy chuẩn bị tinh thần đi mẹ.

"Gia đình thực sự là gì? Ý tôi là, ngoài những định nghĩa thông thường, nó còn hơn cả một nhóm người có quan hệ huyết thống, ví dụ như cô Pari, bạn có thể nói rằng cô ấy không phải là một phần trong gia đình chúng ta sau tất cả những gì cô ấy đã làm cho chúng ta không? Tôi tin rằng gia đình là những người mà bạn có thể tin tưởng, là người mà bạn quan tâm và cũng quan tâm đến bạn, là sự kết nối, là mối quan tâm thực sự, chứ không phải là những lý tưởng xa vời về một ngôi nhà hoàn hảo, ngoan ngoãn và không có bất kỳ khuyết điểm nào."

"Chào anh, tôi trân trọng tình cảm của anh, nhưng..." Tôi đã cố gắng trấn an cô ấy nhưng vô ích, vì cô ấy vẫn không dừng lại, những người ở bàn khác vẫn tiếp tục nhìn. Điều đó có phần hơi xấu hổ.

"Làm ơn, để tôi nói hết, Bằng cách nào đó, bạn cần phải biết và cảm nhận nỗi đau của tôi. Mohan không phải là cha tôi, cha là người yêu thương và tốt bụng, người sẽ ủng hộ tôi và hiểu những gì tôi muốn. Thay vào đó, tôi phải đối mặt với bức tường, mỗi lần tôi cố gắng thể hiện bản thân, anh ấy lại đẩy tôi trở lại thành con búp bê vô cảm mà anh ấy nghĩ tôi nên trở thành, một cái xác rỗng tuếch, xinh đẹp chẳng để làm gì ngoài việc phục vụ. Nếu tôi giỏi nghệ thuật, ông chỉ nói: hãy làm việc gì đó hữu ích hơn bằng đôi tay của con như dọn dẹp, nếu tôi muốn có bạn bè, ông cần biết mọi thứ về họ và cả gia đình họ. Anh ấy sẽ bắt tôi làm những công việc vô tận suốt cả ngày nếu hôm đó tôi có tiệc."

Cô ấy tiếp tục, "Nếu tôi làm gì sai, anh ấy sẽ nắm lấy cổ tay tôi và nhìn chằm chằm vào tôi, lặp đi lặp lại rằng tôi cần phải trưởng thành để trở thành một người vợ tốt. Và đó không phải là điều chúng ta lo lắng, đó là sự ám ảnh! Và bây giờ… hãy nhìn anh ấy bây giờ, hãy nói với tôi rằng đó không phải là người bất ổn, dễ suy sụp và làm tổn thương tất cả chúng ta trong quá trình đó. Suốt thời gian qua chúng tôi tự lập, cuộc sống của chúng tôi chỉ đơn giản là được cải thiện. Mẹ ơi, con không muốn mẹ phải chịu đau khổ nữa, con không muốn nghe mẹ la hét và khóc lóc vì đau đớn như trước nữa."

Đôi tay của Hir hơi run, tôi nghĩ tôi đã thấy cô ấy nhanh chóng lau nước mắt trên mặt, sau một hơi thở sâu, cô ấy đặt tay mình lên tay tôi và mỉm cười.

Đơn hàng của chúng tôi được mang đến ngay sau đó, và cô ấy rên lên, cà phê của cô ấy đã nguội lạnh. Thay vì phàn nàn với những người phục vụ, Hir quyết định đi tìm người quản lý để đích thân nói với họ rằng "họ luôn không đáp ứng được các đơn hàng của cô ấy".

"Sao bạn không gọi thêm một cốc cà phê nữa?" Tôi hỏi.

"Điều đó sẽ không giải quyết được vấn đề gì. Chúng ta cần tìm ra gốc rễ của vấn đề."

"Và bạn biết là tôi không chỉ nói về cà phê, phải không?" Cô ấy nói thêm trước khi rời đi.

"Mẹ ơi, chúng ta nên đi thôi."

Tôi thở dài, có chút mệt mỏi, và nhìn Deepak đang nhìn tôi với nụ cười toe toét, anh ấy bảo tôi đứng dậy và bước ra khỏi nơi đó. Tôi không muốn để Hir một mình, nhưng sự tò mò đã thôi thúc tôi, vì vậy tôi đi theo Deepak, anh ấy đã đợi tôi ở xe của anh ấy, rẻ hơn một chút so với xe của Hir, nhưng dù sao thì vẫn hoạt động được.

"Ở đâu?"

"Tôi có điều bất ngờ dành cho anh. Hir đã có lượt của cô ấy rồi nên giờ tôi cũng có lượt của tôi, như vậy không công bằng sao?"

"Bạn sẽ giải thích thế nào với chị gái bạn?" Tôi tự hỏi khi ở trong xe anh ấy.

"Tôi không biết. Tôi chỉ đang chờ cơ hội Hir sẽ để chúng tôi yên, vì tôi biết cô ấy sẽ dễ dàng tìm ra điều gì đó khiến cô ấy không hài lòng và phàn nàn. Và tôi đã đúng!" Anh ấy cười.

Deepak vẫn tiếp tục nói nhưng tôi không còn chú ý nữa, tôi để ý anh ấy đang đưa tôi đi đâu. Rạp chiếu phim cũ đã đóng cửa, toàn bộ con phố không còn giống như nhiều năm trước nữa, nhưng ánh nắng mặt trời vẫn chiếu sáng rực rỡ. Một vài cặp đôi đang đi bộ, nắm tay nhau và lang thang qua mọi cửa hàng và quầy hàng thực phẩm nhỏ, con đường có vẻ hơi bị bỏ quên nhưng chẳng mấy chốc Deepak dừng lại, khi đã tìm thấy thứ mình đang tìm kiếm. Tôi cảm thấy vô cùng lo lắng và xúc động, thậm chí không nhận ra tay mình đang run.

"Có lẽ tôi muốn cho anh ấy một cơ hội. Đừng nói với Hir về chuyện này, nếu không cô ấy sẽ giết tôi."

"Tại sao anh lại làm thế này..?" Giọng tôi hơi nghẹn ngào.

"Giống như Hir, tôi cũng đau khổ rất nhiều. Anh ấy luôn đánh tôi mỗi khi tôi cố chống lại ý muốn của anh ấy, và điều đó làm tôi rất đau đớn. Nhưng tôi giống bạn hơn là giống Hir, bạn không thể lựa chọn gia đình, cũng không thể thay đổi họ, nhưng bạn có thể giúp họ trở thành người tốt hơn. Sự thật là không có phe nào cả, tôi chỉ muốn gia đình tôi trở về."

Tôi bước ra khỏi xe và từ từ cố gắng lấy lại bình tĩnh. Mohan đang đợi tôi bên ngoài, ngồi trên băng ghế trong khi cố gắng nhìn đi chỗ khác và giả vờ ngốc nghếch ngắm mây, nhưng ánh mắt lo lắng của anh ấy luôn hướng về tôi. Ngực tôi đau nhói, nhưng tôi nhận ra mình không thể chạy trốn khỏi anh ta nữa, không còn cách nào khác ngoài việc phải đối mặt với Mohan và đưa ra lựa chọn cuối cùng về anh ta lần cuối.

Nhưng việc đến được chỗ anh ấy mất nhiều thời gian hơn dự kiến, như thể thời gian đang thay đổi và chúng tôi bị mắc kẹt trong sự thay đổi thất thường của nó. Tôi không hiểu liệu đây có phải là lời cảnh báo cuối cùng của thế giới cho sự lựa chọn tồi tệ nhất mà tôi từng đưa ra, hay là khó khăn cuối cùng cần vượt qua để được hạnh phúc và bình yên với chính mình, vì vậy tôi cứ bước về phía anh ấy.

Tôi tiếp tục bước đi đến người đàn ông đã thay đổi toàn bộ cuộc đời tôi, đến với người đã mang đến điều kỳ diệu, đến với người đã mang đến nỗi đau; tôi nhận ra, theo một nghĩa nào đó, tôi gắn bó với Mohan, giống như mặt trăng gắn bó với mặt trời. Cả hai chúng tôi đều bị nguyền rủa ngay từ khoảnh khắc gặp nhau, lầm tưởng sự suy tàn của mình là nhu cầu cần có nhau. Nhưng còn lại gì sau khi chứng kiến điều tồi tệ nhất của một người, nếu không phải là một món nợ? Đó là cách tôi cố gắng thuyết phục bản thân khi tôi bước đi, hoặc vấp ngã, hoặc trôi vào anh ấy.

Tôi phải làm gì nếu anh ấy vẫn chưa thay đổi? Tôi đã chọn trao thân cho một người khác, đó là ý nghĩa của tình yêu đối với tôi, để nhảy vào hư vô và chờ đợi cho đến khi một ai đó tìm thấy mảnh ghép của bạn và đưa bạn trở lại cuộc sống, một cuộc sống hôn nhân nhẹ nhàng. Thay vào đó, Mohan quyết định chia cắt tôi và các con thành nhiều mảnh hơn nữa, và giờ đây cảm giác tội lỗi lại trỗi dậy: Tôi biết anh ấy cảm thấy hối hận và chỉ có thể đền đáp bằng cách xây dựng lại gia đình.

"Đã khá lâu rồi." Tôi gần như không thể nói được.

Mohan lúng túng nắm lấy tay tôi và giữ chặt, như thể anh ấy không thể tin được tôi thực sự đang ở trước mặt anh ấy.

"Cảm ơn… TÔI KHÔNG MUỐN TRỞ THÀNH MỘT PHẦN CỦA CÂU CHUYỆN NÀY. Tôi biết anh đã làm gì khi tìm thấy tôi."

"Tôi còn có thể làm gì nữa? Anh biết không, ngày hôm đó em đã nghĩ đến chuyện chấm dứt mọi chuyện giữa chúng ta. Tôi thừa nhận là tôi phát ngán với những lá thư của anh rồi."

"Ồ." Anh ta chỉ thở dài, như một tiếng thở dài nặng nề. Tôi ngồi cạnh anh ấy và cố gắng hiểu anh ấy theo một góc nhìn khác. Có lẽ với tư cách là một người đàn ông từng nghĩ mình bị gia đình và thế giới đang thay đổi phản bội, tôi đã tự nhủ với mình cách đây vài ngày rằng anh ấy vẫn mắc kẹt trong quá khứ, mà không nghĩ đến việc quá khứ đó sẽ đi xa đến đâu. Tôi biết Mohan là ai, hơn bất kỳ ai có thể hiểu anh ấy, nhưng sau bao nhiêu năm, anh ấy vẫn khiến tôi ấn tượng.

"Vậy bây giờ bạn định làm gì?" Mohan tiếp tục.

"Bạn sợ cô đơn đến vậy sao? Tôi đoán mọi việc anh làm đều là vì..."

"Bởi vì tôi đã ngu ngốc, và cho đến bây giờ tôi vẫn có thể thừa nhận điều đó. Bởi vì tôi đã có mọi thứ tôi từng mong muốn và không muốn mất chúng, nên tôi nghĩ rằng việc có tất cả mọi người ở gần tôi sẽ khiến chúng ta phụ thuộc vào nhau. Nhưng không phải vậy."

"Hir ghét anh, anh đã để lại những tổn thương sâu sắc trong Deepak, ngay cả khi anh ấy cố gắng không thể hiện chúng, và anh đã hủy hoại cuộc đời tôi trong nhiều thập kỷ. Mohan, anh định làm gì để đưa chúng tôi trở về?"

"Em quên nhiều thứ ở nhà, có thể là không quan trọng với em, nhưng theo thời gian, chúng lại trở nên quý giá với anh. Ảnh và sách, một số đồ chơi và một đôi bông tai rẻ tiền, tôi đã giữ gìn chúng rất cẩn thận. Tôi cũng đã học cách dọn dẹp và nấu ăn. Trong thời gian rảnh rỗi, tôi đã nghĩ rất nhiều về mọi người, những lá thư tôi gửi đi đều chân thành, và tôi còn rất nhiều suy nghĩ và điều muốn nói với từng người trong số các bạn. Nhưng bây giờ tôi đứng cạnh anh và không thể nói nên lời. Chắc chắn đó là một trò đùa."

"Tôi tưởng ngày hôm đó anh đã chết rồi. Tôi nghĩ rằng mọi chuyện đã kết thúc, rằng tôi đã đánh mất một phần của chính mình, Mohan, dù tôi không muốn thừa nhận điều đó, anh là quá khứ của tôi. Họ sẽ nói gì về bạn tại đám tang của bạn? Anh là một con quỷ và tôi là nạn nhân đáng thương đã bị anh ngược đãi. Tôi không thể chịu đựng được điều đó, đó là lời nói dối. Cả hai chúng tôi đều đưa ra mọi lựa chọn để cuộc sống của chúng tôi được như bây giờ, không có nạn nhân nào cả. Điều đó khiến tôi nghĩ, chúng ta đã cùng nhau trưởng thành và trải qua rất nhiều điều, liệu có lãng phí không khi khép lại cuộc sống mà không gặp lại nhau nữa, một kết thúc như thế không phải là khép lại, mà là một sự trốn thoát."

"Rupa." Anh ấy nói như thể tên tôi là một thứ gì đó quý giá. Mohan đang khóc.

Tôi đứng dậy và đi đến rạp chiếu phim đã đóng cửa, anh lặng lẽ theo sau, và chỉ trong một giây, mọi thứ lại trở về thời xa xưa khi chỉ có Mohan và tôi, một lần nữa là thời điểm tràn ngập những cảm xúc hỗn độn và sự phấn khích tột độ đã đưa chúng tôi lại gần nhau.

Tôi không nghĩ mình có thể tưởng tượng được cuộc sống của mình sẽ như thế nào sau nhiều năm như vậy, nhưng tôi biết chắc chắn rằng Mohan sẽ ở đó. Mặc dù Rupa trẻ trung và ngây thơ ấy đã không còn nữa nhưng tôi vẫn cảm thấy một phần của cô ấy, đẩy tôi đến bên cạnh anh ấy.

"Bạn có nhớ nơi này không?" Mohan hỏi.

"Đó không phải là điều tôi có thể dễ dàng quên được. Thật đáng tiếc là chúng ta thực sự không bao giờ vào đó, mất rất nhiều thời gian... cuộc hôn nhân của chúng ta không phải cũng giống như vậy sao? Chúng tôi chơi mà không hiểu nhau. Tôi tin là anh vẫn có thể chuộc lỗi, nhưng hãy hứa là lần này anh sẽ không làm hại tôi đâu, Mohan."

Anh ấy mỉm cười đáp lại, không một cử chỉ nào trên khuôn mặt anh ấy thay đổi.

"Em biết tìm anh ở đâu, anh sẽ đợi em ở nhà."

Gia đình tôi dần dần trở lại bình thường, mặc dù chúng tôi không còn như trước nữa. Lúc đầu thật khó khăn, nhiều người không đồng ý với quyết định chấp nhận chồng tôi quay lại, nhưng chúng tôi vẫn cố gắng hết sức.

Những bữa tối trong ngôi nhà cũ trở nên thường xuyên hơn, và theo thời gian, ngay cả Hir cũng chấp nhận sự ăn năn của cha mình và đến với chúng tôi. Mỗi tuần, tất cả chúng tôi lại trở nên gần gũi hơn và ngày càng tận hưởng những bữa ăn và cuộc trò chuyện. Mohan vẫn tốt bụng như ngày đầu chúng tôi yêu nhau, và mỗi lần anh ấy ngủ, tôi lại thì thầm vào tai anh ấy những kỷ niệm về những ngày đã qua.

***

Sự hạ cánh hoàn hảo

Vào năm 3172, cuộc cải cách thiên hà đã gần kề và các nhà thám hiểm không chỉ có một công việc quan trọng mà còn thực sự cần thiết cho việc tái cấu trúc vũ trụ. Nhiều hành tinh được công ty chúng tôi phát hiện hiện là một phần trong sức mạnh sản xuất của nhân loại, đưa con người vào không gian.

Nhưng lần này, có điều gì đó khác biệt đã xảy ra. Hành tinh này từ không gian tỏa ra bầu không khí giống như trên Trái Đất. Nó có nhiều bề mặt màu xanh phản chiếu những bề mặt nước trải dài trên hành tinh. Nó lớn hơn Trái Đất rất nhiều và rất khó có khả năng có người sinh sống ở đó.

Đại úy Sunil Sharma ra lệnh hạ cánh lúc 7 giờ sáng ngày 10 tháng 4. Chúng tôi hạ xuống mà không gặp vấn đề gì, con tàu nhẹ nhàng chạm đất, các cửa sập mở ra và một số người trong chúng tôi đi xuống để ngắm toàn cảnh. Theo quy định, những người đầu tiên xuống tàu là những người lính. Họ phải đảm bảo rằng hành tinh này không thù địch và cho phép các nhà khoa học xuống đó để tiến hành thử nghiệm. Tùy thuộc vào những gì họ tìm thấy, phần còn lại sẽ là cần thiết.

Giao thức đã hoạt động đúng như mong đợi và họ bảo nhóm thứ ba đi xuống. Khi chúng tôi xuống, một cô gái tóc vàng xinh đẹp không đeo máy trợ thở đang đợi tôi.

Cô ấy nhìn tôi và nói, "Cậu không cần thứ đó đâu, Sandy!"

Vâng, tên tôi là Sandy Roy. Khi tháo mặt nạ phòng độc ra, tôi nhìn lên bầu trời, trong xanh như bầu trời ở nhà, nhưng có gì đó khác lạ. Các hình dạng mà mây tạo ra cũng khác biệt, không ngẫu nhiên như trên trái đất. Chúng có vẻ như được thiết kế. Họ đã chỉ ra những đường nét chắc chắn được giải thích một cách chất lượng dưới dạng thể hiện những điều cụ thể.

Trong khi nhìn bầu trời, cô gái hỏi: "Amanda Colson gọi Sandy, bạn thấy gì?"

Tôi nhìn vào mắt cô ấy. Đôi mắt xanh của cô ấy làm sáng bừng mọi thứ họ nhìn thấy. Phải mất một giây cô mới nhận ra chuyện gì đã xảy ra khi cô thốt lên, "Chúa ơi, đó là tàu của chúng ta!"

Tất cả những người có mặt đều ngước mắt lên. Lúc đầu, không phải ai cũng có thể nhìn thấy chúng, nhưng sau đó mọi người đều nhận ra rằng những đám mây dần dần hình thành nên hình dáng của con tàu, rồi sau đó biến thành những khuôn mặt được vẽ trên bầu trời như thể chúng được một họa sĩ nào đó vẽ vậy.

Thuyền trưởng nhìn Amanda và hỏi: "Điều đó có nghĩa là gì, bác sĩ?"

Tôi không chắc lắm, nhưng vẫn không rời mắt khỏi họ, tôi nói: "Rằng những đám mây ở nơi này hoàn toàn do chủng tộc sống ở đây kiểm soát!"

Khi thấy tôi, không ai giấu giếm rằng ông không thích sự có mặt của tôi trong hạm đội, tôi là một nhà tâm lý học lâm sàng và tốt nghiệp ngành văn học và mỹ thuật, tôi cũng có nhiều hiểu biết về nghệ thuật biểu diễn, và những kỹ năng đó dường như không liên quan đến ông ấy - người lính chỉ huy chuyến thám hiểm của chúng tôi.

Công việc của tôi là trở thành một nhà ngoại giao, không giống như trên trái đất, nơi trong một thời gian dài chúng ta đều tôn thờ cùng một vị thần và có cùng một hệ thống nguyên tắc, trong vũ trụ đã thay đổi, hoàn cảnh phát triển của một số loài hoàn toàn khác biệt, và mọi thứ trong hệ thống giá trị của bạn có thể rất khác biệt. Đó là lý do tại sao các nhà tâm lý học, nghệ sĩ, nhà xã hội học và thậm chí cả nhà ngôn ngữ học đều cần thiết để có thể thiết lập được giao tiếp chính xác với các loài mà chúng ta gặp.

Nhưng chưa bao giờ trong đời tôi gặp phải điều như vậy, một lời chào trực tiếp và một cách thể hiện sự vượt trội ôn hòa của ông ấy.

Thuyền trưởng nhìn tôi và nói, "Nếu họ có thể kiểm soát tài nguyên của mình như vậy, họ có thể rất nguy hiểm. Họ đang cố làm gì để nói với chúng ta rằng họ biết chúng ta ở đây?"

Tôi nhìn anh ấy. Suy nghĩ của ông luôn hướng đến xung đột, điều này cũng dễ hiểu vì ông được huấn luyện trong quân đội, nhưng với tôi, điều mà người ngoài hành tinh muốn là chào hỏi một cách thân thiện, có lẽ là cách họ từng giao tiếp.

Không thể biết chắc chắn cho đến khi chúng tôi liên lạc, nhưng cách họ trình bày chắc chắn khá ấn tượng. Toàn bộ đoàn thám hiểm tiến lên.

"Nếu họ có thể điều khiển đám mây theo cách chính xác như vậy thì thời tiết hẳn phải nằm trong tầm kiểm soát của họ. Amanda, người đang ngồi cạnh tôi, nói: "Điều đó có nghĩa là chúng ta đang phải đối mặt với ít nhất một nền văn minh loại một".

Tôi nhìn cô ấy, nhìn bầu trời và nói, "Tôi sẽ nói nhiều hơn nữa. Làm sao bạn có thể biết được khuôn mặt của chúng tôi ngay khi chúng tôi vừa chạm đất?"

Cô ấy nhìn thấy tôi và gật đầu, có vẻ như câu trả lời còn làm cô ấy sợ hơn. Khi chúng tôi đi qua khu rừng, một tòa nhà hiện ra trước mặt chúng tôi. Đó là một loại đền thờ, nhưng khác với những gì chúng ta biết, khi đi lên cầu thang, chúng ta có thể thấy nền móng chắc chắn đã nhường chỗ cho một thành phố có vẻ ngoài mang tính nghi lễ.

Vật liệu dùng để xây dựng nó giống như đá cẩm thạch, và khi chúng tôi bước đi trên những viên gạch trên sàn, chúng sáng lên để cho thấy các khía cạnh của tâm trí và cơ thể chúng tôi, một trong những thành viên của đoàn thám hiểm đã ngẩng mặt lên và nhìn thấy thuyền trưởng, cô ấy nói, "Thuyền trưởng! Tôi có thai rồi!"

Thuyền trưởng mở mắt mà không hiểu họ đang nói gì thì một bóng người cao lớn trong chiếc áo choàng lớn xuất hiện phía trước, anh ta không nói gì hay cử động. Anh ấy chỉ nhìn chúng tôi với vẻ mặt lạ lùng.

Màu da của ông ta là màu xám, nhưng khi thấy sự thay đổi này diễn ra theo đội hình tương tự như của chúng ta, những người lính kinh hãi đã giơ vũ khí lên. Khi nhìn thấy những gì họ đang làm, sinh vật đó dừng lại.

Sunil nhìn thấy chuyện gì đang xảy ra, tiến tới và nói, "Hãy xác định danh tính của mình, sinh vật kia!"

Anh ta chớp mắt và nói: "Không cần phải thù địch đâu, thuyền trưởng! Bạn đang bước vào hành tinh của chúng tôi. Chúng tôi chào đón bạn!"

Thuyền trưởng nhìn thẳng vào Người ngoài hành tinh, người này mỉm cười, quay mặt lại và nhìn thẳng vào tôi, rồi nói, "Nói ra suy nghĩ của anh đi, Sandy Roy!" Đây là điều đáng để lắng nghe."

Tôi nhìn anh ấy, sợ hãi. Tôi không thể tin là anh ấy biết được tôi đang nghĩ gì. Đúng lúc đó, tôi nhìn xuống viên gạch bên dưới. Tôi có thể nhìn thấy hình ảnh phản chiếu của chính mình.

"Đội trưởng! Có lẽ chúng ta nên hạ vũ khí xuống. Những sinh vật này không hề hung dữ…." Tôi nói.

Vị thuyền trưởng bực tức nhìn tôi và nói, "Đừng nói ngu thế, Roy!" Bạn không biết gì về họ, nhưng anh ấy có vẻ biết rất nhiều về bạn!"

Tôi tiến tới và nhìn thấy Sunil. Tôi nói: "Đúng vậy, thuyền trưởng! Họ đã có hiểu biết về chúng ta và cho phép chúng ta đến nơi này. Bạn không nghĩ rằng nếu họ thù địch, mọi chuyện sẽ diễn ra theo một cách rất khác sao?"

Sunil nhìn tôi với vẻ mặt phức tạp, như thể anh ấy đang suy nghĩ xem nên làm gì tiếp theo. Tôi nhìn Người ngoài hành tinh và hỏi, "Tôi có gì đảm bảo rằng nếu tôi quyết định hạ vũ khí, anh sẽ không giết tất cả chúng ta?"

Người ngoài hành tinh gật đầu mỉm cười và nói, "Chúng tôi không tham gia vào các cuộc xung đột bạo lực. Ở nơi này, chúng ta không thể diễn đạt ý tưởng của mình theo cách đó và điều đó có vẻ không hợp lý!"

Nói xong, Người ngoài hành tinh lại nhìn tôi và nói. "Nhưng bạn ơi, bên trong bạn có một thứ vô cùng thú vị!"

Tôi không hiểu rõ anh ấy đang ám chỉ điều gì, nhưng Sunil không thích cách nói đó. Với vẻ không hài lòng lộ rõ, anh ta yêu cầu, "Anh đang nói cái quái gì thế?!"

"Khoan đã, điều này có vẻ xâm phạm. Bạn không thể nói với tôi về những gì bên trong tôi, và tôi thậm chí còn không biết tên bạn. "Không có sự cân bằng trong tương tác này," tôi nói với Người ngoài hành tinh một cách nghiêm khắc.

Người ngoài hành tinh nhìn tôi và mỉm cười, nói: "Cân bằng! Đây là một khái niệm mà tôi hiểu. Tất cả các bạn đều mang đến những khái niệm mà chúng ta biết, một số đã lỗi thời như bạo lực, và một số khác thú vị như thử nghiệm. Tuy nhiên, không có thứ nào thú vị hơn nghệ thuật... đó là thứ chúng ta không có và khi nhìn nhận kỹ, nó có thể tạo động lực cho sự tiến hóa lớn hơn!"

Tôi nhìn anh ấy. Những gì anh ấy nói khiến tôi quan tâm, nhưng rõ ràng là tôi vẫn chưa bị thuyết phục.

Người ngoài hành tinh đứng dậy. Ông ta nói, "Tôi là Luginansha! Tôi chịu trách nhiệm đưa bạn đi tham quan nơi này, giúp bạn cảm thấy như ở nhà và hiểu được lý do cho chuyến ghé thăm bất ngờ của bạn!"

Thuyền trưởng ra lệnh cho mọi người hạ vũ khí xuống. Anh ấy nhìn tôi và nói một cách nghiêm túc: "Chúng ta sẽ làm theo cách của em!" Nhưng nếu có chuyện gì xảy ra, tôi sẽ bắt anh chịu trách nhiệm!"

Tôi nghiến răng cố kìm nén nỗi sợ hãi đang dâng trào trong tôi lúc đó. Anh ấy luôn làm tôi sợ, nhưng lần này tôi có thể hiểu được sự ngờ vực của anh ấy. Đây thực sự là một tình huống độc đáo, và việc khám phá nó một cách mù quáng là không khôn ngoan, đặc biệt là với một chủng tộc dường như vượt trội hơn chúng ta về mọi mặt. Bất chấp mọi điều chưa biết, chúng tôi bắt đầu theo dõi Người ngoài hành tinh, hy vọng rằng bằng cách nào đó, mọi chuyện sẽ kết thúc theo cách thỏa đáng cho cả hai chúng tôi.

***

Khi vào thành phố, tất cả chúng tôi đều được những người này chào đón. Lúc đầu, tất cả chúng đều có màu xám, nhưng khi chúng nhìn thấy chúng tôi để tạo sự thoải mái, chúng đã thay đổi vẻ ngoài để có thể giao tiếp với chúng tôi tốt hơn.

Với nhiều người, đây là biểu hiện của lòng tốt của anh ấy, nhưng với Sunil, đây rõ ràng là một mưu mẹo để chiếm được lòng tin của chúng tôi và cố gắng làm chúng tôi bất ngờ. Ý tưởng của ông rõ ràng vang vọng trong một cuộc phục kích, nhưng công bằng mà nói, ông đã được trả tiền để làm công việc đó.

Những nghi ngờ và tư duy chiến lược của họ là một phần trong mô tả công việc của họ. Ngược lại, với tôi, mọi thứ xảy ra đều hấp dẫn. Những sinh vật này có rất nhiều điều để dạy chúng ta đến nỗi thật khó để hiểu được làm sao chúng có thể tiến bộ nhiều như vậy trong suốt thời gian đó mà không bị phát hiện.

Lugiansha đi bộ cùng tôi qua thành phố của cô ấy, chỉ cho tôi xem những thứ họ đã xây dựng. Nhiều lối vào nhà bà có các biểu tượng và tác phẩm điêu khắc gợi lên con người hoặc cảm xúc và hoàn toàn được tạo nên bởi chủ nghĩa biểu hiện ngoài cơ thể. Tôi hỏi: "Bạn gọi kỹ thuật điêu khắc những bức tượng này là gì và ý nghĩa của chúng là gì?"

Lugiansha có vẻ bối rối trước câu hỏi và vẻ mặt của tôi. Ông nói, "Chúng chỉ là một phần của tòa nhà và không có ý nghĩa nào khác!"

Tôi nhìn anh ấy, bối rối nói: "Hãy nhìn kỹ cô ấy xem!" Thực ra anh nói với em rằng điều đó không khiến anh cảm thấy gì cả."

Lugiansha ngước lên nhìn bức tượng trước nhà được làm như thế nào, hít một hơi thật sâu, anh nhìn tôi và nói: "Tôi không biết phải giải thích cảm giác của mình thế nào nữa."

Tôi mỉm cười nói: "Đó chính là vấn đề. Đó chính là mục đích của những hoạt động nghệ thuật này. Chúng là phương tiện biểu đạt phi ngôn ngữ và trong nhiều trường hợp chúng chứa đựng rất nhiều ý nghĩa."

Lugiansha nhìn tôi và nói, "Nghệ thuật ư? Đó chính là kiến thức mà bạn có... đó chính là những gì tôi thấy ở bạn."

Tôi dừng lại trước bức tượng và nhìn thấy Lugiansha. Tôi hỏi, "Họ đã làm gì khi chúng tôi xuống sàn, mặt hướng lên mây, đó là hành động của họ, đúng không?"

Lugiansha gật đầu và nói: "Đó là cách chúng tôi chào đón."

Tôi gật đầu khi nhìn thấy anh ấy và nói: "Và anh nghĩ tại sao đó lại là cách chào hỏi tốt?"

Người ngoài hành tinh nhìn tôi và mỉm cười nói: "Tất cả chúng ta đều thích được biết đến. Điều đó mang lại cho chúng tôi cảm giác thân thuộc nhất định."

Tôi nhìn thấy điều đó và mỉm cười nói: "Nghệ thuật cũng có chức năng đó!"

Anh ấy nhìn tôi, mỉm cười và gật đầu. Ông nói, "Đó là loại kiến thức mà chúng tôi khao khát khi bạn bước vào hành tinh này, bạn và những người bạn đồng hành đã thể hiện ý định của mình, và chúng tôi có khả năng đi vào tâm trí của họ và biết được ý định của họ khi bạn muốn tránh tham gia vào một cuộc tương tác bạo lực, rõ ràng đây là cách tốt nhất để biết được ý định của điều chưa biết.

Tôi gật đầu khi nhìn thấy anh ấy, và anh ấy nói với tôi, "Tất cả những suy nghĩ mà chúng ta thấy đều rất tuyến tính!"

Khám phá điều tra kiến thức, nhưng khái niệm biểu đạt có phần phức tạp. Nhiều thứ bạn phải cho đi không nằm trong phạm vi logic."

Nhìn anh ấy, tôi không biết phải đáp lại câu nói đó thế nào, nhưng tôi nói: "Nhiều ngành tôi học liên quan đến nghệ thuật!" Và nghệ thuật, ngay cả khi không có logic tuyến tính, vẫn duy trì những suy nghĩ và hình thức biểu đạt mạch lạc giúp mọi người kết nối sâu sắc hơn."

Lugian nhìn tôi và hỏi, "Giống như cô Amanda à?"

Tôi nhìn anh ta và thấy tôi không biểu lộ cảm xúc gì, anh ta nói với tôi, "Cô ấy là người có lý trí, cô ấy hiểu khái niệm về một cơ thể sinh học, một khái niệm mà chúng ta luôn phát triển vững chắc, sở thích của cô ấy sẽ được thỏa mãn khi cô ấy thấy những tiến bộ trong y học của chúng ta, chúng ta không có những căn bệnh hủy hoại chúng ta, và chúng ta luôn cải thiện tuổi thọ, nói chung, sở thích của họ luôn dựa trên nhánh suy nghĩ đó, nhưng khi ý tưởng về con người của bạn xuất hiện trong đầu họ.

Cách suy nghĩ bị bóp méo nghiêm trọng! Cô ấy không có logic, cô ấy muốn nói nhưng không muốn bạn lắng nghe mặc dù cô ấy muốn bạn biết, mọi chuyện thật hỗn loạn, lúc đầu chúng tôi nghĩ cô ấy bị bệnh, nhưng sau đó chúng tôi phát hiện ra rằng nhiều người trong số các bạn cũng có những suy nghĩ như vậy, bao gồm cả các bạn... Bạn có thể làm sáng tỏ vấn đề đó không?"

Tôi nhìn anh ấy, nhưng trong tâm trí tôi, mọi thứ đều hướng về Amanda. Tôi mỉm cười nói: "Đó là cảm giác của Lugiansha!" Con người chúng ta có những cảm xúc khá mâu thuẫn quyết định trạng thái tinh thần của mình."

Anh ấy nhìn tôi và mỉm cười. Ông nói, "Tôi hiểu cảm xúc, và chúng ta có cảm xúc, niềm vui, nỗi sợ hãi, nỗi buồn. Nhưng chúng ta xóa bỏ những điều tiêu cực để tập trung vào quá trình tiến hóa; tuy nhiên, bạn thường bám víu vào cảm giác bất an đó, và thành thật mà nói, đó là điều mà tôi không thể hiểu nổi."

Tôi mỉm cười. Khả năng nghệ thuật của chủng tộc này là vô cùng to lớn. Trong bất kỳ cuộc thám hiểm nào, chúng tôi chưa bao giờ tìm thấy chủng tộc nào vô thức thể hiện những cảm xúc bị kìm nén thông qua nghệ thuật. Họ không biết đó là nghệ thuật, nhưng họ cũng không có nhà điêu khắc và vũ công thể hiện cảm xúc tập thể trong những cuộc triển lãm đẹp đẽ mà họ tự giới hạn mình gọi là văn hóa.

Nhìn thấy những biểu cảm như thế này, Lugiansha và tôi bắt đầu một cuộc trò chuyện dài, và trong lúc chúng tôi đang nói chuyện, anh ấy nói, "Nỗi buồn! Chúng tôi đã xóa bỏ cảm giác đó từ nhiều năm trước. Nó không có tác dụng rõ ràng trong bước tiến của chúng ta."

Tôi nhìn anh ấy, lắc đầu và nói: "Điều gì sẽ xảy ra khi người thân yêu qua đời? Bạn không thấy buồn sao?"

Anh ấy nhìn tôi và lắc đầu. Ông cho biết, "Chúng tôi đã ngăn chặn quá trình thoái hóa tế bào, vì lý do đó không ai chết, bệnh tật và thương tích có thể dễ dàng điều trị, khi có cái chết bất ngờ mà chúng ta không thể tránh khỏi, chúng tôi có quy trình nhân bản, cho phép chúng tôi thay thế đối tượng bằng cùng một tập hợp ký ức. Chúng ta thực sự không phải đối mặt với lời tạm biệt cuối cùng."

Tôi nhìn anh ấy, ngạc nhiên và mỉm cười. Tôi hỏi: "Vậy còn mối quan hệ giữa các cá nhân thì sao?"

Anh ấy nhìn tôi và nói, "Chúng ta không có mối quan hệ như thế. Việc sinh nở đã trở nên lỗi thời so với sự bền vững của giống loài vì chúng ta không có cảm giác đó. Rõ ràng là chúng ta không thể cảm nhận được nỗi đau khi mất đi người bạn đời hoặc bị từ chối. Mọi thứ đều được kiểm soát."

Tôi nhìn anh ấy, hệ thống của anh ấy chắc chắn khá cân bằng, nhưng họ đã hạn chế rất nhiều biểu cảm cá nhân của anh ấy. Nhìn thấy Lugiansha, anh ta hỏi: "Ngươi có bạn bè không?"

Người mỉm cười gật đầu và nói: "Chúng ta đều là bạn bè, đồng bào. Theo một cách nào đó, chúng ta đều là thành viên của cùng một gia tộc!"

Tôi nhìn anh ấy và nói, "Vậy điều gì sẽ xảy ra khi tôi mất đi?" Bạn sẽ cảm thấy thế nào nếu bạn không thể học được những kiến thức mà tôi có?"

Lugiansha nhìn thấy tôi và nói: "Tôi nghĩ đây là một sự thật phức tạp, nhưng tôi sẽ thất vọng nếu không có được kiến thức thú vị như vậy".

Tôi mỉm cười và thấy anh ấy nói, "Thất vọng là một sự khởi đầu. Bạn sẽ diễn tả sự thất vọng đó như thế nào?

Anh ấy nhìn tôi với vẻ bối rối, và tôi có thể thấy anh ấy đang cố tìm cách diễn đạt một cảm xúc mà anh ấy chắc chắn không có, và khi thấy tôi, anh ấy nói, "Tôi thực sự không có câu trả lời cho câu hỏi đó. Tôi cần phải thử nghiệm."

Thấy vậy, tôi nói: "Vậy thì chúng ta làm đi, tôi sẽ cho anh xem một thứ, và anh sẽ cho tôi biết anh cảm thấy thế nào".

Nhanh chóng nắm lấy máy tính trên tay, tôi có thể truy cập danh sách phát cá nhân của mình, duyệt qua các bài hát khác nhau mà tôi đã tìm thấy, nhiều bài trong số đó khá buồn, và bật nhanh danh sách phát nhạc của Lugian, tôi nói, "Nghe bài này nhé!"

Người phấn khích chú ý đến giai điệu. Khuôn mặt anh không thể diễn tả hết những gì đang diễn ra bên trong anh, những thay đổi về giai điệu của bản nhạc chứa đầy những cảm xúc mà anh không thể nắm bắt được, làm anh bão hòa với những cảm xúc đa dạng mà anh không thể diễn tả, đột nhiên mắt anh bắt đầu trào nước mắt.

Ông ấy rất bối rối khi nhìn thấy chúng và nói, "Thật hấp dẫn!" Đây là loại phép thuật gì vậy? Nó đi vào bên trong tôi và khơi dậy những phần trong tâm trí tôi mà tôi không biết là mình có. Tôi cảm thấy một điều gì đó mà không thể diễn tả bằng lời!"

Tôi nhìn anh ấy, mỉm cười và tiến lại gần. Tôi nói, "Đây là âm nhạc, đây là nghệ thuật, đây là nhạc cụ mà con người sử dụng để diễn tả những cảm xúc vượt ra ngoài khái niệm của chúng ta, để giải thích sự tồn tại của Chúa, hoặc thậm chí là sự hiện diện siêu nhiên mà linh hồn chúng ta sở hữu, tất cả chúng ta đều là những cá thể riêng biệt, bao gồm cả bạn. Có những khía cạnh trong con người bạn mà bạn chưa biết, và chính những biểu hiện nghệ thuật này làm cho chúng phát triển mạnh mẽ. Những bức tượng trong các tòa nhà của bạn là dấu tích của những cảm xúc cổ xưa muốn trỗi dậy và cho thấy bạn là ai ngoài logic và lý trí!"

Lugiansha thấy tôi rõ ràng bối rối liền mỉm cười, anh nói, logic và lý trí có chút đơn giản, thực tế, nhưng điều tôi cảm thấy lại là điều gì đó phi lý. Làm sao bạn có thể xử lý cảm xúc theo cách này mọi lúc được!"

Tôi lắc đầu, mỉm cười và nói: "Chúng tôi vừa học vừa làm và cố gắng phát huy hết khả năng của nhau!"

Anh ấy nhìn tôi chằm chằm rồi hỏi: "Tôi có thể nghe thêm được không?"

Tôi rất vui khi được chơi đủ loại nhạc giúp mọi người hiểu nhau hơn, một cuộc đua với cơ hội học nghệ thuật là điều chưa từng có, và việc ở bên một người chưa từng trải qua điều đó khiến tôi cảm thấy hữu ích và trọn vẹn.

Tuy nhiên, trong nhóm của tôi, xung đột đã xảy ra, và tôi sớm hiểu rằng sự khoan dung thật hiếm hoi khi có sự sợ hãi.

***

Sau khi dành nhiều thời gian với Lugiansha, tôi quyết định quay trở lại trại của mình. Mối liên hệ rộng rãi, cho anh thấy được ý nghĩa của nghệ thuật và tính hữu ích của nó đã tạo nên tình bạn bền chặt giữa chúng tôi. Khi trở về trại, tôi tin rằng mọi chuyện sẽ ổn cho đến khi Sunil nhìn thấy tôi và nói: "Mày nghĩ mày đang làm cái quái gì thế, Sandy?"

Tôi nhìn anh ấy, thực sự bối rối. Anh ta đang cố tìm xem mình đã làm gì trái với quy trình nhưng không tìm thấy gì cả.

Tôi cau mày đáp: "Tôi không hiểu anh đang nói gì cả, thuyền trưởng ạ."

Ông ta tiến lại gần và nói với vẻ không hài lòng: "Anh quá thân thiết với những người ngoài hành tinh đó!"

Tôi nhìn anh ấy mà không hiểu anh ấy có ý gì và nói, "Anh ấy có ý gì khi nói anh ấy?" Anh ta không nên tử tế với người ngoài hành tinh sao? Bởi vì theo như tôi biết, công việc của tôi là kết nối với họ, để đảm bảo rằng chúng ta là đồng minh chứ không phải là điều gì khác!"

Sunil đi đi lại lại quanh khu cắm trại trước ánh mắt kinh ngạc của mọi người và nói: "Các bạn không hiểu là khả năng tiếp thu thông tin của anh ta thật nực cười sao? Họ tiến bộ hơn chúng ta rất nhiều!"

Tôi nhìn anh ấy, gật đầu và nói: "Tôi biết mà!" Đó là lý do tại sao cách duy nhất để thiết lập mối liên kết bền chặt là thông qua nghệ thuật, đó là điều họ không biết và đó là điều độc đáo của chúng ta!"

Sunil tiến lại gần, dùng ngón trỏ vỗ nhẹ vào ngực tôi và nói: "Trong khi con đang vui vẻ với bạn bè và nói về hội họa, âm nhạc như những nữ sinh trung học, thì bọn chúng lại lên kế hoạch đánh cắp toàn bộ thông tin của chúng ta và hủy hoại chúng ta!"

Tôi nhìn anh ấy và lắc đầu. Tôi nói: "Thuyền trưởng! Tôi nghĩ là anh đang nói quá rồi!"

Nói xong, tôi nhìn thẳng vào mắt anh ấy và nói: "Hiểu điều này nhé, thuyền trưởng! Họ biết ý định của chúng tôi từ rất lâu trước khi chúng tôi hạ cánh, nhớ lại khuôn mặt trên bầu trời. Đó là cách họ cho chúng ta thấy rằng họ đã chuẩn bị và chào đón chúng ta như họ biết. Rõ ràng, họ đã nói rằng họ không tham gia vào các cuộc xung đột bạo lực, nhưng để đi đến kết luận đó vào một thời điểm nào đó trong quá khứ, họ đã phải làm như vậy, bây giờ hãy tự hỏi mình, mọi người, với năng lực công nghệ đó, bạn có nghĩ rằng nếu họ muốn tiêu diệt chúng ta, họ đã không làm điều đó từ lâu rồi không?"

Sunil nhìn chằm chằm vào mắt tôi và tôi không hiểu tại sao lập trường của mình lại cứng rắn như vậy. Ông thực sự bị ảnh hưởng vì công việc của ông trong chuyến đi hoàn toàn không liên quan gì khi có sự hiện diện của những người ngoài hành tinh siêu việt như vậy.

Là một người lính, anh đã quen với việc luôn cảnh giác và thiết lập chiến lược phòng thủ nếu có ai đó vượt qua vị trí của anh hoặc nếu họ cố tình quyết định tấn công anh, nhưng trong tình huống này, người ngoài hành tinh sẽ không phải nỗ lực hết sức để tiêu diệt chúng tôi nếu họ muốn, và sự đảm bảo an toàn duy nhất của họ là lời của những sinh vật mà anh không biết, những sinh vật khẳng định rằng họ không sử dụng bạo lực.

Rõ ràng là tất cả những ý tưởng đó không thể có sự thống nhất rõ ràng. Vì lý do đó, anh ấy rất buồn và khi nhìn thấy tôi, anh ấy nói ra lý do thực sự khiến anh ấy buồn.

"Làm sao ngươi có thể bình tĩnh như vậy khi ở trước mặt một đấng tối cao như vậy!"

Tôi nhìn anh ta và nói, "Đó là lợi thế của một người yếu đuối, thưa thuyền trưởng, và nỗi sợ hãi luôn đi cùng tôi. Không giống như bạn, tôi luôn luôn không có khả năng tự vệ. Nếu họ quyết định giết tôi thì cũng chẳng khác gì việc anh quyết định làm điều đó. Nhưng cũng giống như tôi đã tin tưởng bạn, tôi quyết định tin tưởng họ! Và vì thế tôi phải thông báo với các bạn rằng tôi dự định sẽ ở lại hành tinh này khi đoàn thám hiểm rời đi. Tôi cần mở rộng việc học và xây dựng mối quan hệ tốt, và tôi phải ở đây lâu hơn."

Thuyền trưởng trừng mắt nhìn tôi. Quyết định của tôi là quyết định cuối cùng và anh ấy đã rất tức giận khi nhận ra điều đó. Rõ ràng là anh ấy không đồng ý với cách tôi bày tỏ mong muốn của mình và nắm lấy vai tôi. Anh ấy nói, "Xin lỗi, Sandy! Nhưng tôi sẽ không để anh làm thế đâu!"

Tôi nhìn anh ấy với vẻ không tin trước khi bắt tay anh ấy và nói, "Anh không thể ngăn cản tôi làm điều đó, và đó là công việc của tôi!"

Anh ấy nhìn tôi thật sâu và lắc đầu. Ông ấy nói, "Không! Tôi sẽ xếp hành tinh này vào loại nguy hiểm, và công ty của chúng ta sẽ không đến nơi này, tận hưởng thời gian mà bạn đã có, vì nó sắp kết thúc rồi!"

Tôi nhìn anh ta với vẻ phẫn nộ. Đó là một quyết định xuất phát từ nỗi sợ hãi, khi nhìn thấy anh ấy, tôi tiến lại gần và nói, "Anh không thể làm vậy được! Bạn biết có bao nhiêu điều chúng ta có thể học được từ những người này và họ cũng phải học hỏi từ chúng ta. Nếu bạn beta hành tinh này, chúng ta có thể mất đi cơ hội chữa khỏi những căn bệnh tàn ác nhất trong vũ trụ, và bạn không thể để định kiến của mình chiến thắng!"

Anh ấy nhìn tôi một cách chăm chú và quay lại đối mặt với tôi. Anh ta nói, "Mới đây thôi, anh đã đưa ra một tuyên bố thông minh, và nếu tôi quyết định kết liễu cuộc đời anh, anh sẽ hoàn toàn không có khả năng tự vệ. Có lẽ bạn nên nhớ điều đó trước khi thách thức tôi lần nữa. Đó là quyết định của tôi và bạn không thể làm gì được đâu!"

Tôi nhìn anh ta và vô cùng bực tức nói: "Anh không thể làm thế được!"

Anh ta đẩy tôi xuống đất, hành động đó khiến nhiều người bàng hoàng, và Amanda chạy khỏi nơi cô ấy đang ôm tôi trong khi cô ấy hỏi, "Thuyền trưởng! Bạn đang làm gì thế?"

Anh nhìn cô và nói với giọng kiên quyết: "Là lỗi của em vì đã làm anh khó chịu!" Khi tôi đưa ra quyết định, mọi người phải tuân thủ và kết thúc câu chuyện. Nếu anh quyết định đi tìm hiểu những gì tôi quyết định, tôi sẽ coi đó là hành vi phản quốc và anh sẽ phải hối hận!"

Cô mở to mắt không tin nổi trước khi trừng mắt nhìn anh và nói, "Điều đó chưa từng có!" Sandy nói đúng, và nhiệm vụ của chúng ta là xác định xem mối quan hệ với chủng tộc ngoài hành tinh này có mang lại lợi ích cho nhân loại hay không, và rõ ràng là có. Nỗi sợ hãi của anh ta không thể—"

"Nỗi sợ? Sợ? Cô đang nói đến nỗi sợ nào vậy, thưa cô?" Thuyền trưởng ngắt lời, đá mạnh xuống sàn, quay lại và nhìn thẳng vào mắt Amanda.

Amanda nhìn vào mắt thuyền trưởng, và anh ta hoàn toàn đắm chìm trong sự phi lý. Tôi nghĩ anh ta sẽ tấn công cô ấy.

Tôi đứng dậy và đứng giữa thuyền trưởng và Amanda. Tôi nói, "Tránh xa cô ấy ra!"

Anh ấy nhìn tôi mỉm cười và nói: "Bây giờ thì em có can đảm rồi!"

Tôi nhìn anh ấy. Tôi đã chứng kiến sự thành kiến to lớn và nói rằng: "Không! Ở đây, tôi rất sợ hãi, nhưng có hai điều tôi sẽ không cho phép, tôi sẽ không cho phép bạn hạ thấp công việc của đồng nghiệp tôi, và tôi sẽ không cho phép bạn đụng một ngón tay vào Amanda! Đặc biệt là khi cô ấy đúng!"

Cô ấy nhìn tôi, và tôi cũng nhìn cô ấy, nhưng ánh mắt nhìn nhau của chúng tôi không kéo dài quá lâu. Tôi cảm thấy một cú đấm mạnh vào bụng, khiến oxy rời khỏi phổi tôi. Tôi cố gắng hít thở, nhưng một cú đánh khác vào mặt khiến tôi ngã xuống đất, kính lăn trên sàn hang khi vị kim loại bắt đầu xuất hiện trong miệng.

Tôi khạc ra khá nhiều máu khi cố gắng đứng dậy, nhưng tôi cảm thấy đế giày của thuyền trưởng đập vào xương sườn tôi và khiến tôi ngã ngửa ra sau. Cả bầu trời quay cuồng.

Khi anh ấy đặt chân lên ngực tôi, anh ấy hỏi một cách chế giễu: "Chính xác thì em định không cho anh làm điều gì?"

Ông ta chỉ đang khẳng định lại quyền lực và sự vượt trội của mình so với tôi. Tôi cảm thấy mình vô dụng, không có khả năng tự vệ trước một người mà tôi rất quan tâm. Nỗi sợ hãi và nỗi đau không cho phép tôi di chuyển.

Tôi nghiến răng nói: "Hy vọng điều này khiến ngài cảm thấy khá hơn, thuyền trưởng." Bởi vì bạn chỉ đồng ý với anh ta, đá tôi thoải mái, trút giận lên tôi nhiều như bạn muốn, nhưng anh ta lại nhìn xung quanh bạn. Bạn không thể che giấu nỗi sợ hãi mà bạn đang cảm thấy nữa!"

Người đàn ông nhìn tôi và cơn giận dữ của anh ta càng tăng thêm. Khi quay đầu lại, anh thấy người của mình đang tiến đến gần, anh mất kiểm soát, và đó là khoảnh khắc anh cảm thấy điều đó lần đầu tiên.

Bỏ chân ra khỏi ngực tôi, người đàn ông lùi lại, nhìn khắp mọi hướng và bắt đầu đi về phía cửa hàng của mình. Mọi người đều đến xem cô ấy có ổn không, nhưng Amanda là người đến ôm tôi và nói, "Thật dũng cảm!" Và rất ngu ngốc... đừng bao giờ làm điều như thế nữa!"

Tôi mỉm cười khi nhìn thấy cô ấy và gật đầu khi đứng dậy. Tôi nói: "Những gì tôi nói đều đúng, tôi không thể đi được, tôi không thể!" Tôi cần phải ở nơi này, hiểu cách họ nhìn nhận nghệ thuật và dạy họ cách làm của chúng tôi. Amanda, chúng có thể chữa được mọi bệnh tật."

Cô ấy gật đầu, nước mắt lưng tròng, cô ấy đưa tay vuốt mặt tôi và nói, "Em hiểu, em hiểu, chúng ta phải biết những bí mật đó. Nếu chúng ta có thể giúp đỡ nhân loại thì đó là điều đúng đắn cần làm."

Tôi nhìn cô ấy và nhớ lại những lời cô ấy nói, những cảm giác cô ấy dành cho tôi và những cảm giác tôi dành cho cô ấy. Tôi mỉm cười, gật đầu và nghĩ đến Lugiansha, tôi đứng dậy, cô ấy giúp tôi và cùng nhau chúng tôi đi đến lều của tôi, nơi tôi nghỉ ngơi.

Cơn đau thật khủng khiếp, thế nhưng anh ta chỉ đánh tôi có vài cú. Nếu muốn, anh ta có thể giết tôi ngay lập tức, nhưng quyết định của tôi là quyết định cuối cùng. Việc đầu tiên vào sáng hôm sau, tôi chuẩn bị sẵn sàng, lấy đồ đạc và bắt đầu đi về phía những tòa nhà của người ngoài hành tinh.

Amanda đang đợi tôi với túi xách của cô ấy và mỉm cười. Cô ấy nói, "Nếu anh ở lại, em sẽ ở lại!"

Cô ấy mỉm cười và tôi gật đầu, nhìn cô ấy, đây là tin tốt nhất mà tôi có thể nhận được, hay tôi nghĩ vậy. Khi nhiều nhà khoa học khác trong nhóm cho tôi xem hành lý và ý định ở lại, tất cả họ đều đồng ý với cách suy nghĩ của tôi, và họ giữ bí mật đến mức không thể giúp nhân loại giải quyết được vấn đề, và mỉm cười, chúng tôi lên đường cho đến khi Sunil xuất hiện trước mặt chúng tôi.

Anh ta nhìn tôi và bước về phía tôi với khẩu súng trường trên tay. Ông nói, "Hãy xem những gì ngươi đã tạo ra!" Bây giờ mọi người đều tin rằng ở lại tảng đá này là một ý tưởng tốt. Bạn có biết điều gì sẽ xảy ra với tôi nếu tôi đến Trái Đất mà không có các nhà khoa học không? Sự an toàn của nó nằm trong trách nhiệm của tôi. Đó là trách nhiệm của tôi."

Tôi nhìn anh ta, khạc nhổ xuống đất mặc dù miệng vẫn còn vị máu, tôi nói, "Hôm qua, anh đã thực hiện trách nhiệm đó một cách tuyệt vời!"

Anh ta trong cơn tức giận đã giơ súng lên và chĩa vào đầu tôi, mọi người chứng kiến cảnh tượng đó đều sợ hãi, nhưng không hiểu sao tôi lại bình tĩnh.

Tôi nhìn Sunil và nói, "Mọi người ở đây đều hiểu nhiệm vụ của thuyền trưởng là gì. Mục đích không phải là khám phá hay đạt được. Nó nhắm mục đích hỗ trợ sự tiến hóa của nhân loại. Nếu loài này có thể chữa khỏi bệnh tật và cải thiện chất lượng cuộc sống, thì chúng ta có trách nhiệm tìm ra những bí mật đó, và chia sẻ một khía cạnh khác của con người, ủng hộ và cho anh ta thấy một phần văn hóa mà anh ta không có, đó là lý do tại sao chúng ta quyết định ở lại, nỗi sợ rằng chúng ta cảm thấy không có lý do gì để từ bỏ con đường hướng đến hạnh phúc hơn cho tất cả mọi người!"

Viên thuyền trưởng nhìn chằm chằm vào tôi với vẻ tức giận, súng vẫn chĩa vào tôi. Anh ấy nói, "Mọi chuyện sẽ ổn chứ?"

Câu hỏi của anh ấy rất chân thành, và cuối cùng, trong đôi mắt anh, tôi nhìn thấy nhiều điều hơn là sự thất vọng.

Tôi muốn tin vào những gì anh ấy tin tưởng và khi thấy điều đó, tôi đã nói, "Được!" Nếu có chuyện gì xấu xảy ra, chúng tôi tin tưởng vào bạn!"

Anh ấy bóp vai tôi, rơi vài giọt nước mắt và gật đầu. Sau khi tránh đường, chúng tôi tiến đến gặp người ngoài hành tinh, nơi chúng tôi có thể tiến hóa giống họ và giúp giống loài của chúng ta đạt đến bước tiếp theo trong quá trình phát triển toàn cầu.

Và chúng ta sẽ cho người ngoài hành tinh thấy bản sắc của con người với thứ duy nhất đặc trưng cho chúng ta hơn bất kỳ loài nào khác, đó là sự thể hiện bản thể thông qua cảm xúc nghệ thuật.

***

Một sự sụp đổ đang tăng lên

Tôi cảm thấy rất yếu ớt và mệt mỏi khi bước ra khỏi cổng trụ sở cảnh sát lớn, môi trường tàn khốc khiến tôi bị tra tấn và thẩm vấn trong nhiều ngày, thành thật mà nói, tôi không còn nhớ mình đã ở đây bao nhiêu ngày nữa.

Đi được vài bước, tôi nhìn thấy một bóng người lo lắng và thất vọng, đó là mẹ tôi, bà chạy về phía tôi, phớt lờ những chiếc xe đang di chuyển nhanh bên kia đường, may mắn là bà không bị xe đâm. Tôi đã không cảm nhận được sự ấm áp và tình cảm trong nhiều ngày, thực sự tôi rất nhớ cô ấy, tôi đã rơi vài giọt nước mắt.

Chuyến đi trở về Jaipur trên xe của mẹ yên tĩnh hơn thường lệ, sự yên tĩnh này là điều bình thường sau những sự cố xảy ra với tôi trong vài ngày qua thực sự đã thay đổi cuộc đời tôi, tôi đã học được, tôi đã đau khổ, tôi đã căng thẳng, tôi đã mất ngủ, tôi đã có những ngày bồn chồn với tiếng la hét và khóc lóc từ phòng thẩm vấn. Thành thật mà nói, đây giống một lời thú tội mạnh mẽ hơn là một cuộc thẩm vấn.

Cuối cùng thì chúng tôi cũng đã đến đây, giống như câu tục ngữ xưa đã nói "Không nơi nào bằng nhà". Tôi cảm thấy rằng hôm nay, bầu không khí thực sự chào đón và tươi mới. Tôi xuống xe và giúp mẹ mở cổng gara ô tô khi mẹ cẩn thận lái xe vào trong.

Nhìn vào môi trường trong nhà, mọi thứ thực sự đã thay đổi. Khu vườn tràn ngập hoa và không được chăm sóc, gara thì bụi bặm và tối tăm, không còn ai chăm sóc khu vườn nữa kể từ khi cha tôi mất và tôi chuyển đến Jaipur.

"Lên lầu, tắm rửa và thay quần áo đi, con hôi lắm" mẹ hét lên, haha, bà ấy không sai, có lẽ tôi cũng hôi lắm, việc bị giam giữ ở đồn cảnh sát hơn một tuần không phải chuyện đùa.

Dòng nước lạnh chảy xuống từ vòi hoa sen khiến tôi rùng mình, nhớ lại những sự kiện đã xảy ra và thay đổi cuộc đời tôi.

***

Mọi chuyện bắt đầu vào ngày 2 tháng 7 năm 1996, việc xin việc tại một trong những trường cao đẳng nổi tiếng nhất ở Jaipur không hề dễ dàng và đó là ngày đầu tiên tôi đi làm trở lại nên tôi phải gây ấn tượng. Tôi đã biết người ta mong đợi gì ở tôi rồi, thực ra đây không phải là công việc giảng dạy đầu tiên của tôi, tôi là người có một số kinh nghiệm. Khi bước vào lớp học được phân công, nhìn thấy các học sinh ngồi nghiêm chỉnh và trông rất tươi tắn, tôi mỉm cười và tự nhủ: "Việc này dễ hơn mình nghĩ".

Đã một tháng trôi qua kể từ khi tôi làm giáo viên tại trường Cao đẳng Maharaja, ngày nào cũng đến trường sớm như thường lệ, thậm chí trước khi hầu hết giáo viên kiểm soát buổi tập trung buổi sáng, trải qua những ngày giảng dạy với những học sinh năng động của mình, ký vào sổ đăng ký giáo viên hàng ngày rồi về nhà.

Hôm nay thì không hẳn như vậy vì tôi quyết định hỏi tại sao Deepak lúc nào cũng ở lại trường muộn, im lặng và buồn bã. Tôi đã như vậy trong mười ngày qua. Deepak là học sinh đứng đầu lớp tôi, rất thông minh, kín đáo nhưng lại ít nói. Tôi thích anh ấy vì anh ấy luôn khiến tôi nhớ lại chính mình khi còn là sinh viên đại học, tôi giống hệt anh ấy.

Tôi: Chào buổi chiều Deepak.

Deepak: Chào buổi chiều thưa ngài.

Tôi: Hôm nay ở trường thế nào?

Deepak: Tuyệt vời nhưng mệt quá thưa ông.

Tôi: Vậy tôi muốn hỏi tại sao em luôn ở lại sau giờ học. Bạn lúc nào cũng về nhà muộn, có chuyện gì vậy?

Deepak: Không có gì nhiều thưa ông, bố tôi lúc nào cũng đón tôi muộn.

Tôi: Tại sao anh ấy luôn làm thế? Và tôi nhận thấy, mọi chuyện vẫn luôn như thế này, anh ấy bận rộn thế sao?

Deepak: Thực ra thì không phải vậy thưa ông nhưng có một số trường hợp xảy ra.

Tôi: Hoàn cảnh thế nào thế cậu bé? Bạn có muốn chia sẻ không?

Deepak: Tôi không muốn nói về chuyện đó nữa thưa ngài.

Tôi: Con có thể kể cho ta nghe bất cứ điều gì, ta là giáo viên của con, ta chỉ ở đây để làm mọi thứ tốt hơn cho con thôi.

Giữa cuộc trò chuyện, bố của Deepak cuối cùng cũng đến, trông luộm thuộm và say xỉn, ông gọi Deepak và phóng xe đi một cách liều lĩnh.

Khi về nhà và nghĩ về sự im lặng thường ngày của Deepak, việc đi học muộn và được đón muộn sau giờ đóng cửa cùng hành vi của bố cậu bé sau ngày hôm qua, tôi không khỏi nghĩ rằng có điều gì đó không ổn ở đâu đó, nhưng tôi sẽ tìm ra thôi.

***

Lớp học đã diễn ra khi Deepak bước vào hôm nay, vẫn đến muộn như thường lệ, trông mệt mỏi và uể oải, tôi đoán là anh ấy không ngủ đủ giấc, tôi có thể thấy rõ điều đó trên đôi mắt sưng húp của anh ấy, có lẽ anh ấy cũng đã khóc suốt đêm qua. Tôi đã mải mê nghĩ về vẻ ngoài của Deepak đến nỗi quên mất lớp học mà tôi đang dạy trước đó và cả hình ảnh người phụ nữ xinh đẹp đứng sau anh ấy.

Đó là một người phụ nữ ngoài 30 tuổi, ăn mặc lịch sự trong chiếc váy ngắn màu hồng, màu váy rất hợp với làn da rám nắng sáng của cô. Cô ấy thực sự xinh đẹp, không còn nghi ngờ gì nữa. Rõ ràng cô ấy không giống một người phụ nữ đã sinh con khi nhìn vào những đường cong, chúng quá hoàn hảo. Trời ơi, cô ấy đẹp quá. Tôi lẩm bẩm một mình.

Cô ấy; Chào buổi sáng anh Dev.

Nhìn cách cô ấy nói chuyện và gọi tên tôi, tôi đoán cô ấy hẳn phải biết tôi là ai và có vẻ như cô ấy rất thân thiết với Deepak.

Tôi: Chào buổi sáng thưa bà.

Cô ấy: Cô xin lỗi vì hôm nay Deepak đến lớp muộn, chúng tôi có chút việc phải làm.

Tôi: Bạn có phải là mẹ hoặc người giám hộ của Deepak không?

Cô ấy: Vâng, tôi là mẹ của cháu. Tại sao bạn lại hỏi?

Tôi: Tôi phải nói chuyện với ai đó về sự im lặng bất thường của anh ấy, việc đi muộn và việc ngày nào cũng bị đón muộn. Tất cả những điều này đều không tốt cho sức khỏe tinh thần của anh ấy, bà không nghĩ vậy sao?

Cô ấy: Ừ, đúng là như vậy.

Tôi: Như bạn thấy đấy, tôi phải tham dự một lớp học, có lẽ chúng ta có thể nói chuyện tử tế với cố vấn nhà trường vào một ngày khác.

Cô ấy: Nghe có vẻ hữu ích, tôi sẽ đến gặp cố vấn trường ngay để đặt lịch hẹn, cảm ơn ngài đã quan tâm.

Tôi: Không sao đâu thưa bà, phúc lợi của học sinh là lợi ích tốt nhất của tôi, tôi chỉ làm những gì tôi được trả tiền để làm.

Cô ấy: Vâng, cảm ơn ngài. Chúng ta sẽ gặp nhau vào lúc khác nhé. "Hãy là một đứa trẻ ngoan nhé Deepak." Cô nói rồi rời đi.

Tôi cười khúc khích và nhìn cô ấy rời đi khi Deepak ngồi vào chỗ của mình và bài học trong ngày tiếp tục. Phần còn lại của bài học trong ngày diễn ra suôn sẻ và may mắn thay, giờ đóng cửa đã đến và tôi đã ký tên ra khỏi sổ đăng ký giáo viên, luôn là giáo viên cuối cùng làm việc đó và đợi để đảm bảo Deepak đã được đón trước khi tôi rời khỏi khuôn viên trường. Tôi chỉ là một chàng trai độc thân trẻ tuổi ngoài 20, may mắn có cả ngoại hình lẫn trí tuệ cùng một công việc lương cao, cuộc sống có vẻ dễ dàng với tôi vì tôi vẫn còn độc thân và chưa có trách nhiệm gì.

***

"Bíp Bíp!" điện thoại tôi reo khi tôi sắp vào căn hộ, Hừ, không hiểu sao cô ả hoang dã này vẫn cứ gọi, làm tôi tức giận và khó chịu rồi, có vẻ như tôi phải làm theo cách khó khăn này thôi, tôi nghĩ.

Dev: Này, có chuyện gì vậy, sao cứ làm phiền đường dây của tôi thế?

Sadhana: Em yêu, anh xin lỗi.

Dev: Sadhana, nghe cho kỹ đây, tôi muốn cô biến khỏi cuộc đời tôi, cô định tóm tôi à??

Sadhana: Đó là một sai lầm Dev, tôi sẽ thay đổi, tôi hứa.

Dev: Bạn nói là thay đổi à? Tôi đã cho cô nhiều cơ hội rồi mà Sadhana vẫn tiếp tục gian lận.

Sadhana: Em xin lỗi, em thực sự không thể sống thiếu anh, làm ơn.

Sadhana nghe có vẻ thật nhưng lần này tôi thực sự không muốn bị lừa nữa, cô ta không xứng đáng có cơ hội thứ hai, cô ta là kẻ nói dối.

Dev: Tôi phát ngán vì cô rồi Sadhana, cô chỉ đang đùa thôi, tôi không thể làm thế này nữa được chứ. Bây giờ tôi sẽ rất vui nếu đây là cuộc trò chuyện cuối cùng của chúng ta.

Sadhana (trong nước mắt): Em vẫn yêu anh Dev, làm ơn đừng để mọi chuyện như thế này, làm ơn anh yêu.

Tôi chỉ muốn cúp máy trước khi nói điều gì ngu ngốc. Cô ấy thực sự không xứng đáng có thêm một cơ hội nữa. Tôi và Sadhana đã ở bên nhau được khoảng một năm, nhưng cô ấy vẫn không ngừng lừa dối tôi. Tôi không còn trẻ nữa, tất cả những gì tôi cần bây giờ là một người phụ nữ để cùng xây dựng gia đình và tương lai, chứ không phải một vài con đĩ bất kỳ lúc nào cũng lừa dối. "Cô ta vừa làm mất thời gian quý báu của mình, tôi nghĩ, tâm trạng của mình tệ quá rồi.

"Bíp bíp!", điện thoại của tôi lại reo, tôi nghĩ mình đã nói rõ với cô ấy lần trước rồi, và có vẻ như lần này tôi sẽ phải nguyền rủa cô ấy để chứng tỏ mình thực sự chán ngấy.

Dev: Này! Lần trước tôi đã nói rõ ràng với anh rồi hay là anh mất trí rồi? Tôi thậm chí còn chẳng buồn kiểm tra kỹ số người gọi vì đó là số ẩn, tôi cũng chẳng biết người gọi lần này không phải là Sadhana, mà là mẹ của Deepak, bà Verma.

Bà Verma: Xin chào ông Dev, có vẻ như ông nhầm người rồi, tôi là mẹ của Deepak.

Dev: Ồ, xin lỗi bà, tôi tưởng là người khác.

Bà Verma: Haha. Không sao đâu, vậy cho tôi hỏi, bạn nghĩ mình đang nói chuyện với ai mà nghe có vẻ thô lỗ thế. Trước đây, tôi luôn nghĩ anh là mẫu người lịch thiệp.

Dev: Không, chỉ là một cô gái gây rắc rối cho tôi nên tôi nghĩ đến cách giải quyết khó khăn.

Bà Verma: Thật sao? Chúng ta đang nói đến loại vấn đề nào ở đây?

Dev: Bà Verma, hy vọng là tôi không có vẻ thiếu chuyên nghiệp quá?

Bà Verma: Không sao đâu Dev, con có thể nói chuyện với tôi, không phải với tư cách là giáo viên của con trai tôi mà như một người bạn. Xét theo cách cô ấy gọi tên tôi, tôi nghĩ còn nhiều điều hơn thế nữa, dù sao thì cô ấy cũng là một người phụ nữ thú vị.

Dev: Được rồi, gần đây tôi gặp vấn đề với bạn đời và tôi muốn chấm dứt mối quan hệ này nhưng kể từ đó cô ấy cứ làm phiền tôi bằng các cuộc gọi, lần này tôi nghe điện thoại của anh vì nghĩ rằng lại là cô ấy.

Bà Verma: Ồ, nghe có vẻ tệ quá. Nhưng, liệu có nghiêm trọng đến vậy không, vẫn luôn có chỗ cho một cơ hội khác, bạn không nghĩ vậy sao?

Dev: Cô ta thực sự không xứng đáng, cô ta có đủ cơ hội và cô ta cứ tiếp tục làm thế, tôi không thể chịu đựng được nữa.

Bà Verma: Không sao đâu Dev, hãy vượt qua chuyện này đi.

Dev: Được thôi. Vậy, nếu tôi có thể hỏi, tôi nợ cuộc gọi này điều gì?

Bà Verma: Tôi chỉ muốn cảm ơn bà vì đã liên lạc với con trai tôi, Deepak, hôm nay. Và anh ấy kể với tôi rằng anh là một giáo viên tuyệt vời, nhìn thấy anh, tôi không thể không đồng ý với anh ấy.

Dev: Cảm ơn lời khen của bà Verma, con trai bà rất thông minh, nhưng tính ít nói của cháu khiến tôi thực sự lo lắng và việc cháu bị đón muộn và đến trường muộn thực sự không hay chút nào.

Bà Verma: Đúng vậy! Tôi hiểu rồi, cảm ơn sự quan tâm của bạn và một điều nữa, tôi nghĩ là không cần phải đến văn phòng tư vấn, tôi sẽ giải quyết ổn thỏa mọi chuyện về Deepak và cậu bé sẽ ổn thôi.

Dev: Bà Verma nghĩ như vậy có được không?

Bà Verma: Chắc chắn rồi, mọi chuyện sẽ ổn với anh ấy thôi.

Dev: Được rồi thưa bà, xin gửi lời chào của tôi tới Deepak.

Bà Verma: Chắc chắn rồi. Gặp lại sau nhé, anh Dev.

Trời ơi! Cuộc gọi với mẹ Deepak dài hơn dự kiến, bà ấy cũng thân thiện và có điều gì đó ở bà khiến tôi khá thích, tôi không chắc đó là gì, có thể là vì vẻ đẹp của bà. Nghĩ lại thì cô ấy trông quá trẻ so với tuổi hoặc so với việc cô ấy là mẹ của học sinh tôi. Giờ thì tôi nghĩ cả gia đình này đều hoàn hảo, chỉ trừ một khuyết điểm, người đàn ông say rượu mà tôi thấy đã lái xe liều lĩnh để đón Deepak hôm nọ, anh ta không thể là bố của Deepak được, phải không?. Tôi không biết tại sao tôi lại bị thu hút bởi gia đình này đến vậy, có lẽ là vì tôi có thể thấy mình trong Deepak hay sao đó. Bản thân tôi cũng đang bối rối.

***

Mọi người cứ hét lên, tôi nhìn về hướng họ đang nhìn và tôi bị sốc trước những gì tôi thấy. Một người phụ nữ ngã ra khỏi mép vực, vừa khóc vừa đổ mồ hôi, tôi có thể nghe thấy một số âm thanh, chính xác là giọng nói của một người đàn ông. Nhìn kỹ người phụ nữ ngã xuống, có vẻ như đó là bà Verma, mẹ của Deepak, và người đàn ông lao tới đuổi theo bà với một con dao găm chính là người đã lái xe liều lĩnh đi đón Deepak ở trường hôm nọ.

Chuyện gì có thể xảy ra giữa hai người họ, tôi tự hỏi, có vẻ như đây không phải là một cảnh kịch, một người phụ nữ sắp bị một người đàn ông say xỉn và loạng choạng này giết chết.

"Ai đó hãy ngăn gã đàn ông đó lại trước khi hắn giết người" Tôi hét lớn. Có vẻ như những người đang theo dõi đã chờ đợi để xem toàn bộ sự việc sẽ diễn ra như thế nào đến nỗi họ thậm chí không quan tâm đến việc mạng sống của một người phụ nữ đang gặp nguy hiểm. Ba chàng trai giữ người đàn ông say rượu và tôi chạy đến chỗ mẹ Deepak để giúp bà đứng dậy, bà có vẻ bị chấn thương và hoang tưởng. Tôi không thèm hỏi cô ấy chuyện gì đã xảy ra, tôi sẽ để dành chuyện đó cho sau, bây giờ cô ấy cần nghỉ ngơi.

Tôi đã giúp bà ấy vào xe cứu thương trong khi tôi có thể thấy cảnh sát đang còng tay người đàn ông, bà Verma có vẻ bị thương khá nặng vì cú ngã trước đó, đó là một cú ngã khá mạnh, tôi có thể thấy máu chảy ra từ trán bà ấy, tôi cảm thấy thương cho bà ấy. "Cảm ơn", cô nói trước khi im lặng.

Tôi thậm chí còn không biết gia đình Deepak sống ngay bên kia đường, sự việc trước đó khiến tôi phát hiện ra điều này, theo những gì tôi nghe được, người đàn ông hung bạo kia chính là bố của Deepak, ông Verma.

Trong khi mọi chuyện đang diễn ra, Deepak đâu rồi?, tôi tự hỏi với vẻ mặt bối rối. Vội vã chạy đến căn hộ của Deepak và may mắn là cửa không khóa, cảnh sát đã đưa bố và mẹ của Deepak đi, có lẽ họ đang ở bệnh viện, tôi phải chăm sóc cậu bé.

Wow! Đây thực sự là một ngôi nhà đẹp, phòng khách rộng và đẹp, tôi phải thú nhận là rất ấm áp với mùi hương dễ chịu, các kệ được sắp xếp hoàn hảo với chiếc TV plasma 40 inch treo bên cạnh bức tường bên dưới khung ảnh gia đình.

Tôi đã quá ngưỡng mộ đến nỗi quên mất lý do thực sự khiến tôi vào đây, nếu có chuyện gì không ổn, tôi có thể bị buộc tội đột nhập, tôi đã đột nhập vào nhà một gia đình mà không được sự đồng ý của họ. Leo lên cầu thang và kiểm tra ba phòng trước khi thấy Deepak nằm trên giường, ngủ say. Đứa trẻ tội nghiệp, tôi lẩm bẩm rồi nhẹ nhàng đóng cửa lại sau lưng nó.

***

Đinh đinh! Mặc dù có ích, nhưng tiếng chuông báo thức buổi sáng đôi khi cũng gây khó chịu, giống như sáng nay vậy. Lười biếng thức dậy khỏi giường và bấm đúp vào điện thoại, Ôi không! Đã 9 giờ sáng rồi. Ồ! Tôi không bao giờ biết mình ngủ lâu như vậy, tôi đã có một giấc mơ, thật không may là tôi thậm chí không thể nhớ giấc mơ đó nói về điều gì, nghe có vẻ vô lý nhưng đôi khi điều này xảy ra với tôi, tôi chỉ thức dậy và quên mất giấc mơ mà tôi đã có trong đêm, giống như đoạn clip về giấc mơ đã bị xóa khỏi trí nhớ của tôi vậy. Vâng, vẫn tốt hơn là không có giấc mơ nào, tôi đã từng đọc một cuốn sách về việc không có giấc mơ nào, đọc là có nghĩa là có một thiên đường khép kín hoặc đời sống tâm linh khép kín, dù sao thì tôi cũng không phải là kiểu người thực sự có tâm linh để bận tâm đến những thứ tầm thường này.

Đúng rồi, tôi quên mất là tôi cần phải kiểm tra cậu bé Deepak, nghe nói bà Verma đã phải nhập viện sau vụ việc đêm qua. Tắm nước lạnh và ăn ngũ cốc trước khi đến căn hộ của Verma.

Khi đến đó, tôi thấy cửa trước căn hộ bị khóa. Tôi nhớ là mình đã không khóa cửa trước khi ra khỏi nhà tối qua, tôi khá chắc chắn về điều đó, có thể là do người khác đã làm vậy. Gọi cho bà Verma và có vẻ như bà ấy đã cử người đến đón Deepak tại nhà và anh ấy đã ở cùng bà ấy tại bệnh viện. Nhận được mô tả về bệnh viện từ cô ấy, tôi nhận thấy cô ấy đã khỏe hơn, giọng nói của cô ấy cũng tốt hơn.

Đã nhiều năm trôi qua kể từ lần cuối cùng tôi đến bệnh viện, tôi chưa bao giờ thích môi trường bệnh viện kể từ khi tôi còn nhỏ, kể từ khi cha tôi chết trong tay một số bác sĩ thờ ơ, họ đã không thể cứu cha tôi, ký ức đó vẫn còn tươi mới cho đến ngày nay.

Vào phòng bệnh riêng, bà Verma đang ở gần đó, một y tá đang lấy mẫu máu có tiêm từ cánh tay của một bệnh nhân khác, Deepak đang ngủ say trên chiếc giường nhỏ gần giường bà. Chúng tôi nói chuyện một lúc, trao đổi những lời xã giao trước khi tôi quyết định kể lại sự việc đêm hôm trước.

Tôi: Vậy thực sự thì chuyện gì đã xảy ra ngày hôm qua? Hôm qua, tôi tình cờ đi qua đường bên kia, tôi đang cố mua một ít ngũ cốc từ cửa hàng thì chứng kiến toàn bộ sự việc.

Bà Verma: Dev à, trong vài ngày qua, anh không chỉ là giáo viên của con trai tôi mà còn giống như một gia đình vậy, liệu tôi có đồng ý mở lòng với anh không?

Tôi: Ừ, bạn có thể tin tưởng tôi bất cứ điều gì.

Bà Verma: Toàn bộ vấn đề bắt đầu khi Ajit mất việc, anh ấy bị sa thải vì công ty anh ấy dư thừa nhân sự và họ phải cắt giảm một số công nhân trong thời gian đại dịch. Từ đó, anh ấy chỉ còn là cái bóng của chính mình, hút thuốc và uống rượu đến mức say khướt.

Tôi: Nghe có vẻ tệ, nhưng tốt hơn là cô nên giúp anh ấy trong trường hợp này, khuyên bảo anh ấy, nói chuyện với anh ấy như với tư cách là vợ anh ấy, uống rượu không phải là giải pháp, cả hai chúng ta đều biết điều đó.

Bà Verma: Tôi đã cố gắng khuyên anh ấy từ bỏ thói quen uống rượu nhưng trong những trường hợp đó, mọi chuyện không bao giờ có kết quả tốt đẹp, anh ấy lại tiếp tục uống rượu, giống như ngày hôm qua và anh ấy gần như đã làm điều gì đó tồi tệ.

Tôi: Tôi xin lỗi về mọi chuyện này, tôi hy vọng mọi chuyện sẽ ổn thỏa.

***

Từ sau vụ việc đêm hôm trước và khi đến thăm Hema ở bệnh viện, chúng tôi nói chuyện nhiều hơn, thân mật hơn bao giờ hết. Vâng, trước đây tôi gọi cô ấy là Hema, bà Verma đã khăng khăng bắt tôi cắt giảm các nghi lễ và tôi thấy điều đó thật tuyệt mặc dù cô ấy chỉ hơn tôi vài tuổi.

Bây giờ chúng tôi gọi điện và trò chuyện thường xuyên mỗi ngày và tôi bắt đầu thích cô ấy, cô ấy cũng thích tôi, cô ấy đã có một số hành động quyến rũ mà tôi giả vờ không để ý, chỉ chờ thời điểm hoàn hảo để tấn công. Dù sao thì tôi cũng không ngại hẹn hò với một người phụ nữ đã có chồng, mặc dù cô ấy là mẹ của học sinh tôi.

Tôi luôn là kiểu người thích chơi cho đến khi tôi dành hết tâm huyết cho mối quan hệ cuối cùng, nghĩa đen là dành hết tiền bạc, thời gian, sự chú ý và mọi thứ, thì Sadhana vẫn phá hỏng tất cả. Từ đó tôi thực sự ghét tàu thuyền, chúng không có kết cục tốt đẹp. Và giờ có vẻ như tôi lại trở thành một tay chơi, có một cô giáo trẻ mà tôi đã nháy mắt ở trường và cô ấy đã vấp ngã, chắc chắn mọi cô gái sẽ vấp ngã vì anh chàng Dev đẹp trai.

Tôi có ngoại hình đẹp từ khi còn nhỏ, mái tóc vàng hoe ngắn gợn sóng với đôi mắt xám lồi nhỏ và chiếc cằm hoàn hảo nằm gọn trên khuôn mặt. Mẹ tôi nói rằng tôi được các thiên thần đặc biệt tạo ra vào ngày nghỉ của Chúa và tôi luôn tận dụng khuôn mặt đẹp đó để thể hiện sự thông minh của mình, dễ dàng vượt qua trường đại học và lấy được bằng loại giỏi về lịch sử và văn học. Thôi nói về bản thân mình đủ rồi, hãy quay lại với thực tế nhé mọi người.

***

Hôm nay là tháng thứ ba tôi làm giáo viên tại trường Cao đẳng Maharaja. Tôi bước dọc hành lang hôm nay với cảm giác hơi lo lắng về bầu không khí nhưng phấn khích nhất là về những mối quan hệ mới của mình, hai con tàu khác nhau, cả hai đều không giống một mối quan hệ mặc dù tôi chưa bao giờ thực sự muốn những điều này, tôi chỉ tự đưa mình vào đó, với Mamta, tôi đã nháy mắt với cô ấy, thực ra chỉ trêu chọc cô ấy và cô ấy đã nhận được tín hiệu, chờ tôi nói chuyện với cô ấy nhưng tôi không bao giờ có ý định làm vậy, cô ấy đã đến và cuối cùng tự mình mời tôi đi chơi và chúng tôi bắt đầu đi chơi, phát hiện ra cô ấy cũng là một người có tính cách thực sự thú vị, rất vui vẻ và có phần hư hỏng.

Ồ! Trước khi bỏ qua phần của bà Verma, bà ấy là người gần gũi nhất với tôi, tôi chắc rằng ngay cả Deepak cũng biết tôi đang hẹn hò với mẹ anh ấy, điều này thật buồn cười nhưng theo một cách nào đó lại đáng xấu hổ. Ông Verma có một công việc ở vùng nông thôn, mỗi tháng mới về thăm gia đình một lần. Điều đó giúp tôi có thể tiếp cận toàn diện và gắn kết hơn với bà Verma, chúng ta hãy gọi bà bằng tên, Hema.

Tuy nhiên, con tàu với Hema lại bắt đầu theo một cách bất thường theo một số cách, bằng một nụ hôn, không theo cách mà bất kỳ ai khác có thể tưởng tượng được. Cuối cùng chúng tôi đã có sự gần gũi hơn trong buổi hẹn hò đầu tiên. Cô ấy hẳn đã bỏ lỡ toàn bộ cuộc vui với chồng mình và cô ấy muốn tôi thay thế vị trí đó về mặt tình yêu trong khi cô ấy trả tiền cho tôi, rất nhiều tiền.

Đã thích không khí ở đây lắm rồi, hít một hơi thật sâu, nụ cười nở trên môi khi tôi thấy Mamta đi ngang qua tôi cùng vài học sinh phía sau, chết tiệt, cô ấy cũng nóng bỏng quá, tôi muốn hôn cô ấy nhưng tôi phải kiềm chế. Bình tĩnh nào Dev, mày lại biến thái nữa rồi, tôi tự nhủ.

***

Tôi đang mắc kẹt trong căn hộ của Verma để làm bài tập với Deepak và ghi chép bài giảng để chuẩn bị cho tuần học tiếp theo.

Có lẽ tôi nên đi dạo quanh thị trấn với Mamta, mua vài chiếc pizza hoặc đi mua sắm ở trung tâm thương mại với bà Verma. Tôi liếc nhìn đồng hồ, 11 giờ tối. Hema đâu rồi? Cô ấy vẫn chưa về và tôi không nhớ cô ấy có nói với tôi là sẽ về muộn, có thể là do gặp trục trặc giao thông.

Chuông cửa reo và tâm trạng tôi vui vẻ hơn, cô ấy đến rồi. "Đến đây" Tôi lẩm bẩm, lảo đảo bước về phía cửa. Khi tôi mở cửa, tôi sững sờ khi thấy ông Verma đứng cạnh cửa với bà Verma đứng cạnh.

"Người đàn ông này là ai?", hắn cười nhếch mép và tôi đột nhiên cảm thấy sợ hãi và bồn chồn, hôm nay hắn trông bình tĩnh hơn mặc dù hắn không cười, ký ức về những việc hắn làm trong vài lần đầu tiên tôi nhìn thấy hắn vẫn còn in đậm trong đầu tôi, một người đàn ông say rượu thật nguy hiểm.

Bà Verma: Cháu hãy làm quen với Dev, giáo viên chủ nhiệm và cũng là gia sư riêng của Deepak.

Ông Verma: Vâng, vậy anh ấy làm gì ở đây cho đến giờ này?

Bà Robinson bị lạc đường, bà không nghĩ ra được lời nói dối nào khác để che đậy nên tôi phải nhanh chóng vào cứu bà.

Tôi: Tôi phải đợi lâu hơn nữa vì để Deepak một mình trong cả căn hộ nghe có vẻ không ổn lắm, gần đây chúng tôi có nhiều lo ngại về an ninh.

Có vẻ như anh ấy tin lời nói dối của tôi và anh ấy tin rất đúng.

Ông Verma: Ồ! Thật là chu đáo, tôi xin lỗi vì lúc đầu có vẻ thô lỗ, cảm ơn ông.

Tôi: Không sao đâu, thưa ông. Tôi sẽ lên đường ngay bây giờ.

Ông Verma: Ông có cần tôi chở không, trời đã muộn rồi?

TÔI: Không sao đâu thưa ông, tôi đã chất đồ vào xe rồi và nhà tôi chỉ cách đây hai con phố thôi.

***

Tôi đang trên đường đến trường thì quyết định ghé thăm gia đình Verma. Sau khi gặp anh Verma ngày hôm qua, tôi phải hết sức cẩn thận với Hema vì chồng cô ấy đã trở về.

Tôi gõ cửa và Deepak ra mở cửa, tình cờ là anh ấy còn thích tôi hơn cả bố anh ấy nữa, anh ấy đã từng nói với tôi như vậy. Khi nói chuyện với Deepak, tôi biết được ông Verma đã rời khỏi thị trấn vào sáng sớm. "Người đàn ông đó không được nghỉ ngơi", tôi tự nhủ.

Tôi trèo lên giường và ngồi cạnh bà Verma, nhìn bà chằm chằm, mặt trời buổi sáng đã mọc, chiếu những tia nắng ấm áp lên khuôn mặt bà, bà như một mỹ nhân đang ngủ, rồi mí mắt bà nhấp nháy và một lát sau bà mở mắt.

Cô ấy đột ngột ngồi xuống và lùi lại, lưng đập mạnh vào đầu giường.

"Anh làm tôi sợ đấy" cô ấy quát.

Chắc lúc đó trông tôi giống như một con ma.

"Tiết lộ đi" Tôi trừng mắt nhìn cô ấy.

"Cái gì", cô ấy khàn giọng nói, nheo mắt trước khi nhắm nghiền mắt lại, cô ấy chửi thề. Đầu cô ấy chắc đang quay cuồng.

"Đêm qua" tôi nói. "Chuyện đó là sao vậy?"

Cô ấy rên rỉ, chạm vào tai mình "Tôi không ngờ anh ấy trở về hôm qua và tôi quá bận rộn với công việc nên quên gọi cho anh, tôi không biết là anh cũng ở trong nhà"

"Không sao đâu" Tôi hét lên và ôm cô ấy.

Tôi vẫn còn ngồi cạnh cô ấy khi cánh cửa mở ra, tôi nghĩ đó là Deepak đến nhắc tôi rằng đã đến giờ đi học. Tôi sửng sốt khi nhìn thấy ông Verma, nỗi sợ hãi bao trùm lấy tôi và tôi nhanh chóng lăn qua người bà Verma.

"Chuyện gì đang xảy ra thế này?" Ông Verma sững sờ, rõ ràng là không tin vào mắt mình. Tôi vội vã chạy ra ngoài bằng cửa sau, đóng sầm cửa lại sau lưng, suýt nữa đụng phải Deepak trên đường.

***

Tôi cởi áo khoác khi buổi giảng kết thúc. Hôm nay là một ngày giảng dạy dài và khá mệt mỏi. Cất tập hồ sơ lại vào túi, tôi tự hỏi làm sao mình có thể về nhà, có lẽ tôi sẽ phải đi xe buýt vì xe tôi bị hỏng rồi. Tôi vừa phát hiện ra điều này sáng nay khi không thể khởi động động cơ.

"Bạn đã gọi ai đến sửa xe chưa?" Mamta hỏi trong khi đeo ba lô lên vai.

"Không" Tôi thở dài.

Tại sao tôi lại không biết gì về ô tô thế nhỉ? Tôi tự hỏi mình trong im lặng. Tôi sẽ gọi thợ máy vào sáng mai.

"Này, ngày mai bạn có rảnh không?"

"Bạn có muốn đi câu cá với tôi vào ngày mai không?"

Đôi mắt cô ấy mở to, tràn đầy sự phấn khích và tôi mỉm cười.

"Đúng vậy, tôi nói vậy."

Cô ấy cười khẩy, "Chắc chắn là tôi sẽ thích."

Tôi cười toe toét khi chúng tôi tiếp tục bước qua hành lang. Trời đã tối rồi, cảm ơn hiệu trưởng đã bảo tôi giúp bà xử lý một số tài liệu của Microsoft.

"Tạm biệt" Mamta nói khi chúng tôi chia tay.

"Hẹn gặp lại em vào ngày mai" Tôi mỉm cười khi nhìn cô ấy bước vào taxi.

Trạm xe buýt hiện ra trong tầm mắt và tôi mỉm cười. Đúng lúc tôi sắp tăng tốc, tôi cảm thấy có bàn tay ai đó nắm chặt cánh tay tôi và kéo tôi về phía một con hẻm. Tôi định hét lên nhưng người đó đã lấy tay che miệng tôi khiến tôi càng vùng vẫy mạnh hơn.

Không, chuyện này không thể xảy ra được, không đời nào. Adrenaline chạy khắp người tôi khi gã kia kéo tôi về phía con hẻm, bóp chặt tiếng hét của tôi bằng bàn tay mạnh đến nỗi tôi không thể thoát ra mặc dù tôi vẫn tiếp tục đấm và đá khắp mọi hướng. Anh ấy dừng lại sau khi kéo tôi vào sâu trong con hẻm, nhưng điều đó cũng chẳng tạo ra sự khác biệt nào, con hẻm đã vắng tanh và đủ tối vì màn đêm đã buông xuống.

Anh ấy dồn tôi vào bức tường gạch đến nỗi lưng tôi đập vào đó, và khi cuối cùng tôi có thể nhìn kỹ anh ấy, tim tôi ngừng đập. Khuôn mặt của người đàn ông được che phủ bằng một chiếc mặt nạ ba lỗ bên dưới chiếc áo hoodie mà anh ta đang mặc.

"Phát triển"... Anh ta hạ giọng khàn khàn.

Tim tôi đập mạnh trong lồng ngực, anh ấy biết tên tôi. Nước mắt làm mờ tầm nhìn của tôi khi anh ấy lấy tay che miệng tôi.

"Ta đã theo dõi ngươi rất lâu rồi, chờ đợi sự trả thù của ta" hắn rít lên và tôi gần như tè ra quần.

Kẻ tâm thần này là ai?

Tôi không nhận ra giọng nói của anh ấy và việc anh ấy thì thầm rất nhỏ cũng không giúp ích được gì. Tâm trí tôi không thể suy nghĩ sáng suốt được nữa, có ai đó đang theo dõi tôi và ngay lúc này, ngay tại đây, hắn muốn trả thù tôi.

Đây không phải là một nỗ lực ngẫu nhiên mà là có kế hoạch.

Tôi lấy hết can đảm và dùng hết sức mạnh của mình lao vào hắn, túm lấy cổ áo hắn trước khi ngã xuống cùng hắn.

"Đồ chết tiệt" Tôi lao tới, xoay người tên đàn ông lại và khóa cổ tay hắn từ phía sau, đẩy mạnh hắn xuống cỏ rồi đập mặt hắn vào đó khiến mặt đất rung chuyển.

***

Từ khi ông Verma bắt gặp tôi trên giường với vợ ông ấy, tôi đã cãi nhau với bà Verma. Chúng tôi vẫn trò chuyện nhưng không thường xuyên như trước. Nghe nói ông Verma lại trở về con người cũ, uống rượu thậm chí còn tệ hơn những ngày gần đây và bà Verma đã cảnh báo tôi về ông ấy.

Khi đến văn phòng của bà Verma, vị trí mà bà ấy gửi cho tôi trên GPS cho biết tôi sắp đến nơi. Tôi bước ra khỏi xe, đi vào sảnh, khi đến tầng đó, thang máy mở và tôi bước ra. Tôi đi quanh hành lang và dừng lại khi đến văn phòng cô ấy; thở dài và mỉm cười, tôi nhấn chuông. Vài giây sau, cô ấy mở cửa.

"Chào cưng" cô ấy khúc khích.

Tôi nắm lấy tay cô ấy và xoay cô ấy lại trước khi kéo cô ấy vào văn phòng trong khi đóng cửa lại sau lưng chúng tôi.

"Không nhanh thế đâu bạn" cô ấy nói.

Vâng, tôi muốn hôn cô ấy và tôi đã làm ngay sau đó. Nụ hôn sâu và mãnh liệt đến nỗi tay tôi vòng qua eo cô ấy trên cửa khi cơ thể cô ấy áp vào người tôi, chúng tôi tách ra chỉ vì thiếu oxy.

"Bạn thích điều đó chứ?"

Hơi thở của cô ấy phả vào tai tôi khiến tôi rùng mình. "Ôi em yêu, anh sẽ yêu em cho đến khi em không còn yêu anh nữa, cho đến khi đó là điều duy nhất em có thể nhớ đến" tôi nói.

Kéo váy cô xuống, cảm thấy nổi da gà khi ngón tay tôi chạm vào đùi trong của cô khiến cô rùng mình. Rồi một tiếng hét nhỏ thoát ra khỏi miệng cô ấy khi tôi đột nhiên đâm vào cô ấy từ phía sau, chôn toàn bộ tinh dịch của mình vào bên trong cô ấy.

"Dev" cô ấy khàn giọng nói, thở ra một hơi khó nhọc.

Tôi nắm lấy tóc cô ấy từ phía sau, nghiêng đầu cô ấy lại gần tôi hơn trong khi liếm cổ cô ấy, tay còn lại của tôi luồn vào trong áo cô ấy và ấn vào ngực cô ấy. Trong giây lát, tiếng thở dốc của chúng tôi là thứ duy nhất vang vọng khắp căn phòng.

"Chào mừng đến văn phòng của tôi" cô ấy nói một cách mệt mỏi.

***

Một nụ cười nở trên môi tôi khi tôi bước dọc theo vỉa hè, mắt tôi lướt quanh các tòa nhà, bao quát quang cảnh của ngôi trường. Luồng không khí mát lạnh thổi vào da tôi và tôi hít thở một cách thỏa mãn khi tận hưởng nó.

Tôi nhận được email thông báo phải đến phòng hiệu trưởng sáng sớm nay trước buổi họp, không biết hiệu trưởng muốn gì sáng nay, lần trước tôi đã hướng dẫn cô ấy cách làm việc trên Excel một cách hoàn hảo, có thể cô ấy đã quên các bước rồi.

Khi tôi đang đi đến khu hành chính, tôi thấy thầy Verma bước ra khỏi phòng hiệu trưởng, thầy nhìn về phía tôi với vẻ mặt khinh thường rồi đi về phía bãi để xe với một miếng băng quấn ở cổ tay và một miếng băng nhỏ ở cằm.

Nhìn thấy vết thương của anh ấy khiến tôi nhớ lại vụ tấn công mà tôi đã trải qua, cách tôi thoát khỏi kẻ tấn công và tôi chợt nhận ra rằng mình đã bị ông Verma tấn công. Tôi nhớ mình đã vặn cổ tay anh ta và đập mặt anh ta nhiều lần xuống cỏ trước khi chạy đi.

Bước vào phòng hiệu trưởng, tôi gặp hiệu phó và một số nhân viên chủ chốt khác của trường, tôi tự hỏi chuyện này là sao, thôi thì bắt đầu luôn vậy.

Hiệu trưởng: Chào buổi sáng thầy Dev. Xin lỗi, tôi phải triệu tập cuộc họp bất ngờ này, chúng ta có một vấn đề rất quan trọng cần thảo luận, mặc dù thực ra không phải là một cuộc thảo luận, cuộc thảo luận đã được hội đồng tiến hành rồi.

Cô thư ký nhà trường đưa cho tôi một chiếc phong bì màu nâu, mọi thứ trông thật kỳ lạ và bầu không khí ở đây cũng không thân thiện, thật ngột ngạt.

Hiệu trưởng: Vâng thưa ông Dev, nhà trường đã quyết định sa thải ông vì một số vấn đề.

Tôi quá bối rối, thậm chí không thể suy nghĩ bình thường được, chỉ thấy sững sờ.

"Cuộc họp kết thúc, chúng ta hãy họp nào" Hiệu trưởng nói và các nhân viên khác chạy ra khỏi văn phòng.

"Tôi có thể nói chuyện với em vài phút được không, Dev", hiệu trưởng nói.

"Nhà trường quyết định sa thải bạn vì một số lo ngại gần đây phát sinh; chúng tôi nhận được khiếu nại từ ông Verma rằng bạn đang có mối quan hệ với vợ ông ấy, mẹ của Deepak."

Tôi chỉ nhìn chằm chằm vào cô ấy, thành thật mà nói, tôi không có gì để nói với cô ấy cả.

"Vì vậy, với điều này, nhà trường thấy hành vi của bạn rất không phù hợp và thiếu chuyên nghiệp"

Tôi lao ra khỏi phòng hiệu trưởng mà không trả lời bà, trên đường đi tôi gặp Mamta, bà có vẻ lo lắng.

"Tôi đã nghe những gì đã xảy ra, nhà trường không tiết lộ lý do tại sao bạn bị đuổi học, họ chỉ đưa ra thông báo trong cuộc họp"

Tôi bỏ đi mà không thèm lắng nghe những gì cô ấy nói.

***

Một năm sau.

Tiếng nhạc từ radio hòa cùng làn gió ấm áp khi tôi bước ra khỏi phòng tắm để chuẩn bị cho buổi tối. Vẫn quấn mình trong chiếc khăn tắm, tôi ngân nga, mở tủ lấy ra bộ trang phục tôi đã mặc trong ngày quan trọng này, gần như là ngày quan trọng nhất trong cuộc đời tôi, ngày cưới của tôi. Đó chỉ là một buổi lễ cưới cầu kỳ bên bờ biển với sự tham gia của một vài gia đình và bạn bè, mọi thứ diễn ra hoàn hảo.

Tôi đã tìm được một công việc mới tại một công ty nào đó vài tháng sau khi bị sa thải khỏi The Maharajas, việc sa thải này hóa ra lại là một điều may mắn, giờ đây tôi có mức lương cao hơn, ít căng thẳng và công việc hơn, và cuối cùng là có một lối sống có trách nhiệm hơn.

Cảm thấy điện thoại rung trong túi quần đùi, là số lạ, không biết giờ này ai sẽ gọi cho chú rể mới cưới, có thể là một vài người chúc mừng. Sau một hồi do dự, tôi đột nhiên nhấc điện thoại lên.

Tôi: Xin chào...ai đang ở đầu dây bên kia?

Phải mất vài giây tôi mới nhận được hồi âm từ đầu dây bên kia cho đến khi tôi bắt đầu nghe thấy một số âm thanh yếu ớt, điều này thực sự đáng sợ, tôi nghĩ vậy.

Tôi: Làm ơn nói to lên, nếu không tôi cúp máy đây.

Người gọi sau đó lên tiếng và điều ngạc nhiên là đó là giọng của bà. Tôi nhận ra giọng nói đó ngay lập tức.

Rốt cuộc cô ấy muốn gì?

Bà Verma: Tôi xin lỗi vì đã làm phiền bà vào lúc này nhưng bà có thể vui lòng qua nhà tôi ngay bây giờ không, tôi thực sự rất mệt và cần bà giúp đưa đến bệnh viện.

Có lẽ cô ấy không biết tôi vừa đeo nhẫn vào ngón tay của một người phụ nữ khác. Tôi tự hỏi tại sao cô ấy lại gọi vào thời điểm này khi tôi đáng lẽ phải sinh con.

Cô ấy kết thúc cuộc gọi trước khi tôi kịp nói bất cứ điều gì.

Tôi không nên nghĩ đến việc làm điều này, tôi không thể bỏ mặc một người đang cần giúp đỡ.

Tôi đã nói dối mẹ rằng mẹ tôi bị tai nạn và tôi thực sự cần phải đến thăm bà vào đêm nay, bà không thực sự tin lời nói dối của tôi, chỉ cần thuyết phục bà rằng tôi thực sự tệ.

"Cho tôi đi cùng nhé, chúng ta cùng đi thăm cô ấy nhé" Mamta nói.

"Không cần đâu, tôi chỉ muốn thăm cô ấy thôi, ngày mai chúng ta sẽ cùng đi thăm cô ấy nhé". Tôi trả lời cô ấy.

"Chuyện này không nên xảy ra, chúng ta được định sẵn là phải ở bên nhau đêm nay, đêm nay là đêm của chúng ta mà" Tôi nghe cô ấy lẩm bẩm khi tôi vội vã ra khỏi nhà với chìa khóa trên tay.

***

Tôi thức dậy với cảm giác mất đi hơi ấm trong vòng tay và tâm trí tôi trở nên cảnh giác như khi tôi ôm bà Verma để ngủ sau khi bà dụ tôi đến đây đêm qua. Cô ấy làm tôi đau đớn và hóa ra cô ấy hoàn toàn ổn, cô ấy chỉ muốn tôi. Tôi thậm chí không thể từ chối cô ấy mặc dù có một người vợ mới cưới đang đợi tôi ở nhà, tôi đã quá không chung thủy chỉ trong một ngày cưới, Mamta không bao giờ có thể tha thứ cho điều này.

Tôi đột nhiên ngồi dậy và nhìn xung quanh. Chiếc đồng hồ trên tủ đầu giường cho thấy nó chưa chạy xuống. Tôi ra khỏi giường.

"Hê-ma!"

Tôi đi ngang qua phòng vệ sinh nhưng nó trống không. Khi tôi nhận thấy cánh cửa ban công mở ra, tấm rèm bay phấp phới, tôi thở dài. Tôi bước về phía đó và trước mắt tôi là cảnh tượng bà Verma nằm trên sàn, chết trong vũng máu.

Tôi gọi cảnh sát rồi xe cứu thương đến, tôi đã bị lạc đường, vô cùng hoảng loạn. Có lẽ đây là sự trừng phạt của Chúa vì đã lừa dối bạn đời của tôi vào đêm tân hôn; đây thực sự là một sự trừng phạt tàn nhẫn.

Tôi vẫn còn run rẩy khi một cảnh sát tiến đến gần tôi, khuôn mặt tái nhợt, tay cầm còng tay giơ về phía tôi.

"Anh đã bị bắt rồi, chàng trai trẻ"

Anh ấy nói và tôi càng bối rối hơn.

"Có chuyện gì thế?"

"Anh phải theo chúng tôi đến nơi giam giữ, cư xử đúng mực, anh có quyền có luật sư hoặc người đại diện, bất cứ điều gì anh nói lúc này đều có thể được dùng để chống lại anh trước tòa", anh ta nói.

***

Sau nhiều ngày bị cảnh sát giam giữ, tra tấn và thẩm vấn, toàn bộ sự thật về cái chết của bà Verma cuối cùng đã được đưa ra ánh sáng.

Ông Verma đã bị bắt khi đang ở bệnh viện khi đang cố gắng siết cổ bà Verma thêm lần nữa. Hóa ra bà Verma chưa chết hẳn sau khi bị đâm đêm hôm trước, bà được đưa gấp đến bệnh viện vào sáng hôm tôi bị bắt và bà vẫn hôn mê.

Các y tá đã theo dõi ông Verma rất chặt chẽ vì họ cho biết ông đã có những hành vi kỳ lạ, luôn nhìn mọi người một cách nghi ngờ và luôn cố gắng ở riêng với bệnh nhân trong phòng phẫu thuật, vì vậy tất cả họ đều luôn cảnh giác hy vọng điều gì đó thú vị có thể xảy ra.

Sau đó, anh ta bị bắt quả tang, bị tiêm thuốc mê trong lúc cố gắng chống cự lại y tá rồi bị đưa đến đồn cảnh sát.

Sau đó, anh ta bị cảnh sát thẩm vấn nhiều ngày trước khi cuối cùng thú nhận tội ác của mình. Anh ta thú nhận đã tấn công bà Verma vào sáng sớm khi tôi phát hiện bà ấy nằm bất tỉnh, anh ta đã theo dõi bà ấy rất chặt chẽ và cuối cùng đã trả thù được, nhưng anh ta không thể bắt được tôi.

Tôi tự hỏi làm sao anh ta có thể thực hiện thành công toàn bộ vụ án, xóa hết mọi đoạn ghi hình CCTV đêm và sáng hôm đó, lại còn lên kế hoạch chu đáo nữa.

Ông Verma sau đó đã bị tòa tuyên án ba năm tù trong khi bà Verma sau đó đã tỉnh lại sau vài tuần hôn mê. Hiện tại họ đã ly hôn.

Tôi đã cầu xin vợ vì cô ấy thực sự bị tổn thương và gần như muốn ly hôn với tôi nhưng may mắn là chúng tôi đã không ly hôn.

***

Mặt nạ

Tôi cảm thấy hơi ấm từ bàn tay mình. Tôi có thể tưởng tượng ra thứ đang chảy trong huyết quản của mình bên trong bàn tay. Đó là điều mà không ai biết, và thành thật mà nói, không ai cần biết. Đây là một cảm giác thực sự, không giống như cảm giác nước phun ra từ tay bạn.

Độ đặc khác nhau, có lẽ vì nó là một loại chất lỏng khác, chứa đựng sự sống của một người, hoặc có lẽ vì độ nhớt và kết cấu của nó khiến mọi thứ có cảm giác rất khác biệt.

Nhưng sự thật là không ai để ý đến những điều này, ngay cả khi bạn xem một bộ phim hay đọc một cuốn sách hay. Trong cuộc sống hàng ngày, nghĩ rằng tay của chúng ta sẽ cảm nhận được dòng máu chảy thì quả thực không thực tế chút nào.

Nhưng khi bạn vượt qua, bạn bắt đầu suy ngẫm xem có bao nhiêu điều bạn đã thấy trước đó, có bao nhiêu điều xảy ra với bạn có thể tránh được.

Tôi là Jack, và vì anh có thể ngăn chặn được rất nhiều thứ, nên có lẽ tôi không thể ngăn chặn được bất cứ điều gì. Tôi sẽ để bạn phán đoán.

Mỗi buổi sáng khi thức dậy, hai phút đầu tiên của ngày khi mọi thứ trở nên vô nghĩa chính là dấu hiệu chính cho thấy lương tâm của tôi. Chỉ cần ngồi trên giường, tôi có thể cảm nhận được ánh mắt anh ấy nhìn xung quanh tôi, nhưng điều đó là không thể. Rèm cửa của tôi đã đóng, nhưng tôi vẫn cảm thấy như có thứ gì đó vượt ra ngoài tự nhiên đã mở rèm ra để nhìn tôi khi tôi ngủ.

Tôi đứng dậy, và khi đặt chân xuống đất, tôi có thể cảm nhận được hơi lạnh của sàn nhà lan tỏa qua các dây thần kinh, và ở phía bên kia đường, một tấm rèm bay lên theo cơn gió mùa thu thất thường.

Cái bóng lang thang trong ngôi nhà đó đi từ bên này sang bên kia và dừng lại trong một phần triệu giây ở cửa sổ, như thể nhận ra rằng nó vẫn đang nhìn, giống như bạn. Điều đầu tiên tôi nghĩ đến là đó lại là một lão già biến thái, và tôi không muốn làm hỏng cả ngày của mình bằng việc nghĩ về những điều vô nghĩa như vậy.

Tôi mặc đồng phục của trường. Dù sao thì trường tư cũng có những quy định riêng. Tôi cố gắng tìm con mèo của mình, nhưng không thấy nó đâu, nó đã lạc mất ba ngày rồi, và tôi bắt đầu lo lắng dữ dội, khi đi xuống cầu thang, tôi thấy mẹ tôi, bà đang nấu ăn như thường lệ, và tôi quay đầu lại thấy bố đang ngồi đọc báo ở chỗ thường ngồi, nhưng bố không còn ở đó nữa.

Khi đến gần, tôi hỏi mẹ: "Bố có đi làm sớm không?"

Nhưng cô ấy không trả lời mà chỉ liếc nhìn tôi, rồi tiếp tục đặt bữa sáng xuống trước mặt tôi. Tôi đã ăn và ăn hết ngay. Tôi đã đi ra ngoài. Ở cửa trước, tôi nhìn thấy Maya đang vẫy tay với tôi.

Trước khi tôi kịp chào Maya lại, tôi cảm thấy một cảm giác lạnh buốt trên vai. Giống như có thứ gì đó đột nhiên đè nặng lên người tôi. Tôi cau mày và vô thức nhìn qua cửa sổ tầng hai của ngôi nhà không xa chúng tôi.

Ở đó, tôi nhìn thấy một cái bóng. Nó ở trên cửa, và ánh mắt của nó hướng về tôi như một gánh nặng đang đè lên vì sợ hãi và tuyệt vọng. Tôi đứng như trời trồng và không thể di chuyển được nguyên nhân gây ra điều đó. Khi cái bóng biến mất, sức nặng cũng biến mất và tôi lại có thể thở bình thường.

Tôi cảm thấy bối rối. Đó có phải là trí tưởng tượng của tôi không?

Tôi lắc đầu. Tôi bước về phía Maya và nhìn khắp xung quanh. Tôi không nhìn thấy Jeevan. "Jeevan đâu rồi?"

Cô ấy chỉ mỉm cười đáp lại. Sau đó cô ấy lấy một chiếc bánh nướng xốp từ trong túi ra và đưa cho tôi. "Ăn gì đi, da bạn sẽ nhợt nhạt."

Tôi cầm lấy chiếc bánh nướng xốp nhưng không thấy đói. Tôi vừa mới ăn xong. Tuy nhiên, không hiểu sao, mặc dù tôi hầu như không đụng đến, một cảm giác đói dữ dội lại tấn công tôi. Khi tôi thử nó, tôi cảm thấy như mình đã không ăn gì trong nhiều ngày. Thật ngon, với hương vị của đồ ăn khi bạn đã quá lâu không ăn.

Khi nhai, tôi có thể cảm nhận được độ đặc và hương vị có vẻ rất lạ đối với tôi. Mẹ tôi vừa mới cho tôi ăn sáng. Vì không hiểu chuyện gì đang xảy ra nên tôi gạt bỏ sự bối rối và quyết định đi bộ cùng Maya.

Cô ấy nói về những chủ đề thường ngày, nhưng tôi chỉ có thể bị phân tâm khi nghe tiếng bước chân của chúng tôi trên đường nhựa. Bước chân của cô ấy nghe thật nhẹ nhàng, như thể chúng hòa hợp một cách hoàn hảo với cô ấy. Nhưng không hiểu sao tôi lại nhận ra rằng tôi không thể nghe thấy tiếng của mình. Thay vào đó, tôi có thể nghe thấy một cặp bước chân khác, đi ở một điểm hoàn toàn khác.

Nó khiến tôi hoàn toàn mất tập trung, nhưng một phần trong tôi cũng không muốn nhìn xem nó đến từ đâu. Đến một lúc nào đó, chúng tôi dừng bước.

Maya nhìn tôi và nói, "Hôm nay, trông anh giống như một bóng ma vậy. Đây, ăn thêm một chiếc bánh nướng xốp nữa nhé." Sau khi tôi lấy nó, cô ấy bỏ đi.

Tôi ăn chiếc bánh nướng xốp mà không suy nghĩ, nhưng cảm thấy nó lạ và loãng. Tôi nhìn và giật mình khi thấy thứ tôi đang cầm và thứ ở trước mặt tôi.

Mắt tôi mở to vì kinh hoàng và bối rối. Tôi nhận ra mình đang ở trong một con hẻm khác, với xác của Jeevan nằm dưới chân, ngực anh ấy mở rộng trong khi trái tim anh ấy nằm trong tay tôi thay vì chiếc bánh mì.

Đôi mắt của Jeevan mở to như thể anh ấy đang hoảng loạn trước khi chết, bối rối không biết chuyện gì đang xảy ra. Sức nặng của cái nhìn dai dẳng khiến lưng tôi cong lại, và cảm thấy vị máu tanh trong miệng. Tôi muốn nuốt nhưng cảm thấy như có thứ gì đó trong miệng. Lưỡi tôi lướt qua nó như thể nó nếm được một miếng bánh nướng xốp mà tôi đã ăn trước đó, và độ đặc của nó cho tôi biết đó là gì. Tôi lập tức nhổ nước bọt ra và nhìn thấy một mảnh trái tim mà tôi đã cắn.

Nhìn vào tay mình, tôi có thể thấy trái tim anh ấy cùng những dấu răng của tôi, và tôi cảm thấy ruột gan mình quặn lại. Tôi cảm thấy buồn nôn dữ dội và cảm thấy chất lỏng trào lên cổ họng. Ngay lập tức, tôi nhổ hết đất cát và máu bám trên miệng ra. Nhưng đúng lúc đó, tôi lại tỉnh dậy.

Khoảng thời gian ngắn ngủi đó tưởng như dài tới hai năm. Tôi lo lắng nhìn vào tay mình. Không có vết máu nào cả. Có điều gì đó không ổn, nhưng tôi không thể xác định chính xác vị trí của nó. Tôi chạy về nhà và vào nhà sớm nhất có thể.

Tôi chỉ nhìn ra cửa sổ và thấy người đàn ông ở ngôi nhà bên cạnh, đang nhìn tôi, lúc đó anh ta không hề đi lang thang, đôi mắt đen của anh ta nhìn cơ thể tôi như thể đang xem xét hành động của tôi và lúc đó tôi cảm thấy mùi máu trong miệng mình.

Phá vỡ sự im lặng, tôi chạy vào phòng tắm và rửa mặt. Nước tạm thời cuốn trôi nỗi sợ hãi của tôi và giúp tôi bình tĩnh lại mặc dù tim tôi vẫn còn đập mạnh. Tôi thở hổn hển, nhìn vào gương và thấy nụ cười trên mặt mình.

Thật kỳ lạ, tôi không cảm thấy mình đang cười, nhưng tôi có thể thấy rõ nụ cười của mình. Cảm giác thật lạ lùng. Tôi cố gắng kiềm chế bản thân. Tôi vừa đi xuống lối vào. Tôi lại có thể nhìn thấy mẹ mình và có vẻ như bà đang ăn. Bố tôi đang ngồi cạnh bà, đọc báo.

Tôi cũng ngồi xuống ăn. Họ không nói gì cả, và họ cũng chẳng nói gì cả. Họ chỉ thực hiện những chuyển động rời rạc và nhìn chằm chằm vào khoảng không. Không thể hiểu được hành vi đó, tôi chỉ cắn một miếng thức ăn, và có điều gì đó đã xảy ra ở đó. Vị sắt và độ đặc của tim có thể cảm nhận được trên môi tôi.

Tôi nhảy dựng lên khỏi bàn, cố gắng giữ bình tĩnh, nhưng chỉ thấy tay mình nhuốm đầy máu của Jeevan, nhưng anh ấy không còn ở đó nữa. Chỉ có bố mẹ tôi và tôi. Họ không phản ứng với chuyển động của tôi. Tôi liên tục lắc đầu, hy vọng rằng thứ tôi nhìn thấy trong tay sẽ biến mất hoặc ít nhất là giúp tôi bình tĩnh lại, nhưng tôi không thể.

Tôi muốn nói chuyện nhưng không được. Tôi quyết định lấy đồ đạc và rời khỏi nơi đó. Khi tôi rời đi, Maya đang đợi tôi. Cô ấy nhìn tôi với nụ cười nửa miệng và chiếc bánh nướng xốp trên tay.

Tôi nhìn cô ấy, và không dừng lại, tôi nhìn lên cửa sổ. Cái bóng của người đàn ông đang nhìn tôi vẫn ở đó, cảnh giác, theo dõi mọi cử động của tôi như thể đó là một chương trình không thể bỏ lỡ.

Tôi nhìn Maya và cảm thấy muốn kể cho cô ấy nghe chuyện gì đang xảy ra với tôi. Mặc dù khi tôi cố gắng diễn đạt thành lời, tôi nhận ra nó vô cùng vô nghĩa. Tôi phải làm gì đó, và tôi cảm thấy như mình đang chìm vào một thế giới tưởng tượng không lối thoát. Một phần khác hét lên rằng tất cả là do người đàn ông đang theo dõi tôi.

Tôi bước về phía cô ấy. Cô ấy mỉm cười và lấy một chiếc bánh nướng xốp từ ba lô ra. Cô ấy nói, "Ăn gì đi, trông bạn sẽ nhợt nhạt lắm!"

Tôi không thể tin được những gì cô ấy nói. Tôi cau mày và nhìn chằm chằm vào cô ấy. Tôi có thể thấy trái tim cô ấy đang đập. Điều đó làm tôi giật mình nên tôi đập chiếc bánh nướng xốp ra và nó rơi xuống đất.

"Jack, có chuyện gì với anh vậy? "Nó chỉ là một chiếc bánh nướng xốp thôi mà!" Cô cúi xuống cầm lấy và trên tay cô là một chiếc bánh nướng xốp.

Tôi thở hổn hển khi nhìn vào nó. Tôi ngước lên nhìn người đang đứng xem, nhưng cái bóng không còn ở đó nữa. Tôi không biết tại sao nhưng tôi cảm thấy nếu anh ấy nói chuyện khi nhìn thấy tôi, điều gì đó khủng khiếp sẽ xảy ra.

"Tôi phải nói với anh một điều!" Tôi nói với Maya sau khi nắm tay cô ấy và dẫn cô ấy đi khỏi nơi đó.

Chúng tôi đang chạy rất nhanh. Tôi cảm thấy có điều gì đó không ổn nên dừng lại. Tôi nhìn Maya nhưng chỉ thấy một cánh tay đứt lìa treo lủng lẳng trên tay tôi và những dấu chân đẫm máu. Mùi của nó thật thối rữa. Tôi vô cùng sợ hãi. Tôi nhìn quanh trong sự sợ hãi và bối rối. Tôi đang ở đâu?

Tôi không còn ở trên phố nữa. Tôi đang ở trong nhà mình. Tôi thực sự bối rối. Đây có phải là một trò đùa không? Tôi nhìn vào cánh tay mình đang cầm và nhận ra chiếc nhẫn của Maya.

Tâm trí tôi hoảng loạn và tôi hét lớn nhất có thể. Mọi thứ đều biến mất và thay vào đó là không gian quen thuộc trong phòng tôi.

Tôi lại tỉnh dậy trong phòng mình, nhưng rõ ràng là có chuyện gì đó khủng khiếp đã xảy ra, mùi máu xộc vào giác quan của tôi, và khi tôi đứng dậy, tôi lại cảm thấy ánh mắt của người đàn ông này nhìn chằm chằm vào tôi. Tôi rất tức giận, nhưng tôi không cho phép anh chàng này tiếp tục làm tôi phát điên. Tôi quyết tâm đi xuống cầu thang và lấy một quả bóng chày trước khi đi bộ đến nhà anh ấy.

Tôi gõ cửa thật mạnh, hết lần này đến lần khác. Tay tôi đau nhức vì cú đánh quá mạnh, nhưng tôi sẽ không rời khỏi chỗ đó cho đến khi người đàn ông đó giải thích cho tôi biết chuyện quái quỷ gì đang xảy ra. Cánh cửa mở ra và tôi dùng sức đẩy mạnh bước vào. Khi tôi bước qua ngưỡng cửa, bóng tối đen kịt bên trong ngôi nhà đã cuốn hút tôi, và chỉ trong chớp mắt, tôi đã ở trong bếp.

Đèn bếp là thứ duy nhất bật sáng, và tâm trí tôi thì mất phương hướng, cây gậy bóng chày được cầm trên hai tay, mặt và áo tôi thì bê bết máu. Mùi máu đã quá bình thường đến nỗi tôi chẳng còn thấy khó chịu nữa. Những ngón tay trên bàn chân tôi đang đứng trong vũng nước nhỏ giọt của một cơ thể trước mặt tôi với cái đầu bị đập vỡ.

Đầu gậy bóng chày của tôi có những mẩu não nhỏ ở khắp mọi nơi, và chất lỏng dính đó đang nhỏ giọt từ giữa hai bàn chân tôi. Tôi đang đứng giữa vũng máu, nhận ra điều đó và cố gắng trốn thoát, nhưng toàn bộ sàn bếp đã nhuộm đỏ vì máu đổ ra.

Tôi không hiểu chuyện gì đang xảy ra cho đến khi một giọng nói vang lên phía sau tôi: "Không còn đường lui nữa. Bạn đói phải không?

Tôi quay lại nhưng không thấy gì cả. Không có ai ở nơi đó, chỉ có bóng tối sâu thẳm của một ngôi nhà không thuộc về tôi. Tim tôi đập thình thịch trong khi tay tôi run rẩy khi giọng nói đó lại vang lên lần nữa.

"Tôi không hiểu tại sao bạn cứ đấu tranh với chính mình... bạn đã làm điều này nhiều lần rồi và theo nhiều cách tệ hơn nữa!"

Tôi quay lại để xem giọng nói phát ra từ đâu một lần nữa, nhưng không có ai đi cùng tôi. Rõ ràng là tôi đang phát điên, và đó là những gì tôi nghĩ khi giọng nói đó lại vang lên lần nữa. "Đừng nói chuyện vô nghĩa nữa!"

Tôi quay lại một lần nữa, và lần này tôi nhìn thấy một khung ảnh chân dung nhỏ phản chiếu khuôn mặt tôi. Gương mặt phản chiếu của tôi nở một nụ cười hạnh phúc, và tôi, không thể tin vào những gì mình đang thấy, từ từ lắc đầu. Đây chắc chắn lại là một cơn ác mộng nữa! Chắc chắn là vậy rồi!

"Sự phủ nhận là điều bất tiện nhất... nó không cho phép bạn tận hưởng những chi tiết trong công việc của chúng tôi!"

Tôi hỏi, "Chuyện gì thế này... chuyện gì đang xảy ra với tôi vậy?"

Tôi thở rất khó khăn. Tôi đang cố gắng hiểu chuyện gì đang xảy ra. Nỗi sợ hãi bao trùm lấy tôi, và bàn chân tôi dính đầy máu dính vào các kẽ ngón chân. Giọng nói đáp lại một cách thản nhiên, "Không sao đâu... bạn chỉ đang trở thành chính mình mà thôi..."

Tôi nhìn lên và thả con dơi ra. Tôi trượt lưng vào tủ, một giây trước khi ngã xuống đất, tôi nghĩ đến việc quần áo của mình sẽ bị bẩn, nhưng rồi ý nghĩ đó thật ngu ngốc. Tôi chỉ để mặc mình ngã và chống tay xuống đất. Tôi cảm nhận được máu của người nằm bất động cách tôi vài mét.

Tôi nhìn chằm chằm vào anh ấy. Tôi muốn thức dậy nhưng không thể được. Tâm trí tôi cứ quanh quẩn với cơn ác mộng đen tối đó.

"Đó không phải là mơ! Không phải vậy! Đây là hiện thực, hiện thực của bạn, hiện thực tuyệt vời do chính tay bạn xây dựng, sự chấp nhận sau một cuộc đấu tranh lâu dài cho chính con người bạn và sự sụp đổ vào vực sâu của những ham muốn đen tối nhất!" Giọng nói rùng rợn đó lại vang lên lần nữa.

Tôi sợ hãi và vùi đầu vào giữa hai chân để khóc. Tôi không rơi một giọt nước mắt nào, tôi chạm vào ngực mình và tim tôi vẫn đập bình thường. Nỗi đau khổ mà tôi cảm thấy không biểu hiện ra ngoài cơ thể tôi. Khi tôi nhận ra tay mình đang nghịch máu trên mặt đất, tôi nhìn lên và thấy hình ảnh phản chiếu của mình. Tôi nói: "Chuyện gì đang xảy ra với tôi thế này!"

Hình ảnh phản chiếu của tôi mỉm cười nhẹ và đáp: "Bạn cứ hỏi mãi một câu hỏi thôi." Bạn không có vấn đề gì cả! Bạn chỉ sống thôi!! Bạn sống theo ý mình mà không cần giả vờ hay khóc lóc, không cần những tưởng tượng không thành hiện thực, không cần chút hối hận nào."

Vào lúc đó, tôi nhớ lại những tưởng tượng đó trong cuộc đời mình. Đó là điều gì, điều gì ám ảnh tôi suốt những đêm đó, và khi ngước mắt lên, tôi thấy hình ảnh phản chiếu của mình khi tôi nói, "Jeevan và Maya!"

Hình ảnh phản chiếu của tôi khiến tôi mỉm cười đến mức méo mó cả khuôn mặt, thật đáng sợ, nhưng tôi không thể ngừng nhìn vào nó.

Như thể những lời nói đó xuất phát từ bên trong tôi, hình ảnh phản chiếu ấy hỏi: "Bạn có muốn biết không?"

Tôi không muốn, tôi muốn tỉnh dậy lần nữa và mọi thứ chỉ là một giấc mơ, nhưng thực tế, tôi gật đầu.

Tôi chớp mắt và bước đi cùng Jeevan. Anh ấy nhìn tôi với vẻ bối rối: "Chúng ta đang làm gì ở đây vậy, Jack?"

Tôi nhìn anh ấy với giọng nói nhỏ nhẹ, rõ ràng là giọng của hình ảnh phản chiếu của tôi. Tôi trả lời: "Tôi muốn cho anh xem một thứ."

Anh gật đầu. Tôi chỉ tay về cuối con hẻm và chỉ cho tôi xác con mèo của tôi. Jeevan nhìn anh ta, và khi anh ta quay lại định nói gì đó với tôi, giọng nói của anh ta bị ngắt quãng khi một con dao đâm vào ngực anh ta. Máu của anh chảy giữa lưỡi dao, rơi xuống tay tôi, hơi ấm của máu khiến da tôi run lên, và tôi mỉm cười khi nhìn vào mắt anh.

Anh ta lấy tay giữ mặt tôi và nói với vẻ sợ hãi: "Anh giết tôi à, Jack?!"

Thay vì trả lời, tôi lại đâm con dao sâu hơn nữa. Anh ấy hét lên nhưng không ai lắng nghe. Tôi đã đảm bảo điều đó. Tôi nhìn anh ấy từ từ ngã xuống. Sau đó, tôi mở ngực anh ta ra, bẻ gãy xương và da anh ta bằng một nỗ lực phi thường. Nhưng rõ ràng là tôi không còn là con người nữa, và khi nhìn thấy trái tim anh ấy, nó có mẩu vết thương, và màu đỏ của nó hấp dẫn sự thèm muốn của tôi. Khi cầm lấy, tôi cắn một cách dứt khoát.

Hương vị thơm ngon của nó giống như một món ngon mà tôi chưa từng nếm thử trước đây. Tôi thực sự vui sướng khi nghĩ ra được một câu hỏi giả định. Nếu Jeevan ngon như thế này thì Maya chắc hẳn cũng ngon tuyệt.

Trong thâm tâm, tôi khóc rất nhiều. Cô ấy là bạn tôi, là người phụ nữ tôi luôn yêu và tôi không thể làm điều đó với cô ấy. Tuy nhiên, sự tò mò dâng lên trong bụng tôi như một cái hố không đáy đang chìm xuống bên trong tôi, và hình ảnh phản chiếu của tôi nhìn tôi với đôi mắt hoàn toàn ngây ngất với ý tưởng đó, điều đó cho thấy cảm giác mà trái tim tôi giữ trong sự giới hạn đen tối của những ham muốn sâu thẳm nhất.

Chỉ trong chớp mắt, tôi đã xuất hiện ở cửa nhà mình. Maya đang bước về phía tôi. Cô ấy nói với tôi, "Tôi cần nói chuyện với anh về một số chuyện."

Và cùng cô ấy bước vào nhà, đóng cửa lại sau lưng, cô ấy nhìn thấy bố mẹ tôi đang ngồi ở bàn, họ trắng bệch và bất động, và chỉ mất một giây cô ấy mới nhận ra. Mẹ tôi há cổ như đang mỉm cười đỏ mặt, còn đầu bố tôi chỉ còn treo một sợi chỉ trên tờ báo từ tuần trước.

Tôi có thể nghe thấy tiếng tim Maya đập thình thịch vì sợ hãi, không muốn quay lại nhìn tôi, tôi có thể nghe thấy suy nghĩ của cô ấy về việc phải làm gì, và cô gái trẻ hít một hơi thật sâu, nghĩ đến việc chạy trốn, nhưng chân cô ấy cứng đờ khi con dao của tôi đâm vào lưng cô ấy.

Các ngón tay tôi nắm chặt hàm cô ấy, và không thể kiểm soát được bản thân, tôi thì thầm vào tai cô ấy, "Maya, anh luôn muốn biết em có vị như thế nào."

Cô ấy không thể hét lên, tôi không biết là do cơn đau quá lớn hay vì nỗi sợ hãi đã khiến cô ấy im lặng, nhưng tiếng kêu nghẹn ngào của cô ấy có chút gì đó cực khoái khiến tôi phải tách từng bộ phận trên cơ thể cô ấy ra. Cô ấy vòng tay ôm lấy tôi và nhảy theo nhịp điệu âm nhạc trong tôi. Tôi lắc đầu khi bản chất nhắc nhở tôi về con người trước đây của mình, máu chảy ra từ cánh tay đứt lìa khi tôi dừng lại trước gương và nhìn thấy chính mình.

Người tôi từng là và người tôi từng là, một người mỉm cười, người kia khóc vì đau khổ tột cùng. Tôi không muốn điều gì là sự thật, nhưng sâu thẳm trong tâm trí tôi, mong muốn được trải nghiệm cảm giác đó bằng chính đôi tay mình đã xuất hiện.

Hình ảnh phản chiếu, lúc này chính là tôi, đang cố gắng đưa tay lên cố chạm vào để cảm nhận hình ảnh thật, mà tôi vừa thấy trên cánh tay của Maya.

Hình ảnh phản chiếu của tôi giơ tay về phía tôi. Những ngón tay của chúng tôi chạm vào nhau, và từ từ tôi có thể cảm thấy tim mình đập thình thịch, những ngón tay của chúng tôi đan vào nhau, và trong chớp mắt, tôi cảm thấy máu của chính mình đang chảy. Khi mở mắt trong phòng, tôi thở một cách khó khăn.

Những gì tôi cảm thấy là sự thật hoặc có lẽ là một giấc mơ sống động. Chỉ cần đặt chân xuống đất là tôi đã biết sự thật. Đó là một sự thật đau lòng tìm đến bạn và cho bạn thấy cơn khát thực sự ẩn sâu trong góc tối nhất của trái tim bạn.

www.ingramcontent.com/pod-product-compliance
Lightning Source LLC
LaVergne TN
LVHW041852070526
838199LV00045BB/1566